यात्रेकरूंचा देश

भारतवर्षातील तीर्थस्थळे

वाराणसी
सौंदत्ती
वैष्णोदेवी
मनाली
द्वारका
रणकपूर
श्रवणबेळगोळ
बोधगया
मदुराई
पुरी
कोल्हापूर
सिंहाचलम्
तिरुपती
उज्जैन
गुवाहटी
दिल्ली
हिरापूर
शारदा
उदवाडा
श्रीरंगम्
लखनौ
अमृतसर
जेजुरी
नाथद्वारा
पंढरपूर
बद्रीनाथ
वेलंकण्णी
कोलकाता
आग्रा
शबरीमला
मुंबई

यात्रेकरूंचा देश

भारतवर्षाची निर्मिती

देवदत्त पट्टनायक

अनुवाद : सविता दामले

MANJUL

मंजुल पब्लिशिंग हाउस

First published in India by

Manjul Publishing House

Pune Editorial Office
•Flat No. 1, 1ˢᵗ Floor, Samartha apartment, 1031,
Tilak Road, Pune - 411 002
Corporate and Editorial Office
•2 Floor, Usha Preet Complex, 42 Malviya Nagar, Bhopal 462 003 - India
Sales and MarFketing Office
•C-16, Sector 3, Noida, Uttar Pradesh 201301, India
Website: www.manjulindia.com
Distribution Centres
Ahmedabad, Bengaluru, Bhopal, Kolkata, Chennai,
Hyderabad, Mumbai, New Delhi, Pune

Marathi translation of *PILGRIM NATION*

Copyright © Devdutt Pattanaik, 2021
Illustrations © Devdutt Pattanaik, 2021
All rights reserved

This Marathi edition first published in 2021

ISBN: 978-93-90924-87-5

Marathi translation: Savita Damle

Printed and bound in India by Parksons Graphics Pvt. Ltd.

ज्यांनी भारतवर्षाची निर्मिती केली
त्या सर्व यात्रेकरूंना समर्पित

अनुक्रमणिका

प्रस्तावना :
यात्रेकरूंचा देश

कोणे एके काळी श्रावणकुमार नावाचा एक मुलगा खांद्यावर बांबूची कावड घेऊन रस्त्यावरून चालत जात होता. कावडीच्या दोन्ही बाजूंना टोपल्या लावल्या होत्या. त्यातल्या एका टोपलीत त्याचे वृद्ध, अंध, अशक्त वडील बसले होते आणि दुसऱ्या टोपलीत त्याची वृद्ध, अंध, अशक्त माता बसली होती. माहिती असलेल्या प्रत्येक तीर्थस्थळी तो त्यांना घेऊन गेला. त्यातली काही तीर्थस्थळे डोंगरांवर होती, तर काही समुद्रकाठी होती तर काही नद्यांच्या संगमांवर होती.

श्रावणकुमाराची आणि त्याच्या माता-पित्यांची तीर्थयात्रा

श्रावणकुमाराची कथा हिंदू आणि बौद्ध लोककथांमध्ये आढळते. बौद्ध कथांत बुद्धांचा एक जन्म 'श्याम' म्हणून झाला होता, त्या रूपात त्याची कथा येते. त्या कथेनुसार तो अगदी उदाहरण द्यावं असा आदर्श पुत्र असतो. मृत्यूपूर्वी आई-वडिलांच्या सर्व तीर्थयात्रा सुफळ व्हाव्यात आणि एरवी ज्याला अंतच नाही अशा जन्म-मृत्यूच्या चक्रातून त्यांची सुटका होण्याइतपत पुण्य त्यांच्या गाठीशी जमा व्हावं, यासाठी तो प्रयत्न करतो. त्यालाही पुण्य मिळून पुत्र होणार असतो. मग एके दिवशी तो पुत्रही त्याच्यासाठी तसंच करणार असतो.

श्रावणकुमाराच्या माता-पित्यांनी त्याला नक्कीच एका असुराची कथा सांगितली असणार. या असुराने केलेल्या तपश्चर्येमुळे त्याला एवढं पुण्य लाभलं की, जे लोक त्याच्याकडे भक्तीने पाहायचे ते सगळे अमर होऊ लागले; परंतु त्यामुळे विश्वाचा समतोल ढळला, तेव्हा सर्व सजीवांचा पूर्वज ब्रह्मदेव असुराकडे जाऊन म्हणाला की, 'तुझं शरीर हेच जगातलं सगळ्यात पवित्र तीर्थस्थान बनलं आहे, त्यामुळे यज्ञ करण्यासाठी योग्य स्थळ म्हणून तुझं शरीरच अर्पण करशील का?' तेव्हा असुराने ब्रह्माची विनंती मान्य केली आणि तो जमिनीवर आडवा झाला. ब्रह्माने त्याच्या पोटावर यज्ञाचा अग्नी पेटवला. ज्या ठिकाणी असुर आडवा झाला होता ती जागा सर्वांत पवित्र जागा झाली. त्याच्या हाडांची पवित्र माती झाली. त्याचं रक्त पवित्र पाणी झालं आणि त्याच्या केसांतून पवित्र वृक्ष निर्माण झाले. अशा प्रकारे पहिलं तीर्थक्षेत्र अस्तित्वात आलं; परंतु हे स्थळ नक्की कुठे आहे हे कुणालाच माहिती नसल्याने श्रावणकुमारासारखे भक्तजन सर्व ज्ञात तीर्थक्षेत्री जातात. कारण, त्यांना आशा असते की, कुठेतरी आपली त्या असुराच्या पुण्याशी गाठ पडेल. जसजसा काळ गेला तसतशी त्या असुराची कथा विस्मृतीत गेली; परंतु तीर्थक्षेत्रांची संख्या मात्र वेगाने वाढत गेली तशीच त्यांच्यापर्यंत पोहोचण्याच्या मार्गांची संख्याही वाढत गेली. श्रावणकुमारासारख्या यात्रेकरूंनी भारतवर्षरूपी तीर्थक्षेत्रांच्या देशाची गुंफण केली आहे.

'भारतवर्ष' हे पारंपरिक नाव हिंदू, बौद्ध आणि जैनांनी भारताला किंवा हिंदुस्तानला दिलं आहे. पुरातन इतिहासात भारतवर्ष किंवा भरतखंड हे जंबुद्वीपात वसलं होतं. जंबु म्हणजेच जांभूळ किंवा इंडियन ब्लॅकबेरी *(सिझिजियम क्युमिनी)* या नावाने ओळखलं जाणारं फळ आहे. ते खाल्ल्यावर जीभ जांभळी होते. हे खंड उत्तरेला हिमालयापासून दक्षिणेस

हिंदी महासागरापर्यंत पसरलेलं आहे. सप्तनद्यांचं पोषण मिळालेली ही भूमी. आज आपण या प्रदेशास भारतीय उपखंड अथवा दक्षिण आशिया म्हणतो. मागच्याच शतकात यामधून नवीन राजकीय ओळखींची अनेक राष्ट्रे निर्माण झाली खरी; परंतु कित्येक शतकांपूर्वी या सीमांचा, या राजकीय विभाजनांचा यात्रेकरूंवर काहीही परिणाम होत नव्हता. ते या भूमीवर भ्रमण करत वेगवेगळ्या तीर्थक्षेत्री स्वतःच्या आध्यात्मिक पोषणासाठी जात होते.

भरतवर्ष ज्याचा उच्चार भारतवर्ष असा केला जातो, त्याचा अर्थ आहे 'भरताची भूमी'. भरत हा जंबुद्वीपाच्या सर्वांत प्राचीन राजांपैकी एक होता. जैन पुराणानुसार तो ऋषभाचा पुत्र होता. संपूर्ण खंड जिंकून घेतल्यावर आपलं हे जगड्व्याळ कार्य सगळ्यांना कळावं, यासाठी आपलं नाव या भूमीच्या मध्यभागी वसलेल्या मेरूपर्वताच्या कडांवर कोरण्याची त्याला इच्छा झाली; पण जेव्हा तो शिखरावर पोहोचला तेव्हा त्याला दिसलं की, पर्वताच्या कडांवर शेकडो राजांची नावं कोरलेली आहेत. त्यातील प्रत्येकाला शिखरावर पोहोचून तिथं दिसणारी आधीच्या जेत्यांची नावं वाचेपर्यंत वाटत होतं की, जंबुद्वीपावर विजय मिळवलेले पहिले जेते आपणच आहोत. ही कथा भारतीय संस्कृतीच्या चिरंतनतेची संकल्पना शब्दबद्ध करते : अनादि अनंत अशा प्रतलावर आपलं अस्तित्व आहे. इथे एकमेव किंवा नवीन असं काहीच नाही. यातलं सगळंच पूर्वी केव्हातरी घडून गेलेलं आहे आणि त्या सगळ्या गोष्टी पुन्हा होणार आहेत. मात्र जोपर्यंत ज्ञानवंत ती आठवण पुन्हा करून देत नाहीत, तोपर्यंत आपण ते सगळं विसरून जातो.

इतिहासकारांच्या म्हणण्यानुसार, आर्यांनी या भूमीचा उल्लेख सिंधूस्थल किंवा नद्यांची भूमी असा केला. याच ठिकाणी पुष्कळ नद्या आणि त्यांच्या खोऱ्यांतील संस्कृती उदयास आल्या. सुरुवातीला त्या पंजाबात सिंधू आणि तिच्या उपनद्यांच्या काठावर उदयास आल्या आणि नंतर गंगा, ब्रह्मपुत्रा, महानदी, नर्मदा, गोदावरी, कृष्णा आणि कावेरी यांच्या खोऱ्यांत उदयास आल्या. वेदांमध्ये यातील प्रत्येक नदीच्या खोऱ्याशी व्यास, दीर्घतम, भृगु, आंगीर, अगत्स्य, अत्री आणि बऱ्याच ऋषिमुनींच्या नावाची सांगड घातली आहे. ज्यांनी संपूर्ण उपखंडात वैदिक जीवनपद्धतीचा प्रसार केला, त्या पौराणिक सप्तर्षींची नावंही त्यातच असू शकतील. हे ऋषिमुनी त्या त्या समाजातील म्होरक्यांच्या पाठीशी उभे राहून त्यांना सक्षम बनवत होते. हेच म्होरके पुढे जाऊन राजे किंवा चक्रवर्ती व्हायचे. भरताचा वंश हा असाच

अनेक म्होरक्यांचा बनला होता, त्यांनीच ऋग्वेद या सर्वांत प्राचीन म्हणजे ३००० वर्षांपूर्वीच्या हिंदू धर्मग्रंथानुसारची समाजरचना दिल्लीच्या उत्तरेस कुरुक्षेत्र प्रदेशात रचली होती. महाभारतात 'भरत' हा जंगलात लहानाचा मोठा झालेला एक राजा होता. तो सिंहांशी खेळायचा तर रामायणात भरत हे एका राजपुत्राचं (रामाच्या धाकट्या भावाचं) नाव आहे. मातेने लबाडीने मिळवलेलं राज्य स्वीकारण्यास तो नकार देतो. *भागवत पुराणात* भरत हे एका मुनींचं नाव आहे. मागील जन्म हरीणरूपात व्यतीत केल्यावर त्यांना सत्याचं आकलन होतं. कारण, त्या आधीच्या जन्मात ते एका हरिणाच्या पाडसाच्या अतिप्रेमात पडलेले असतात.

भरत हे आणखी एका मुनींचं नाव आहे. शिवनृत्यातून प्रेरणा घेऊन त्यांनी *नाट्यशास्त्र* रचलं. त्या ग्रंथातून नाट्य-गान-नृत्यादि कलांच्या सादरीकरणाविषयीचा भारतीय दृष्टिकोन दिसून येतो. या कलांमुळे मानवी ज्ञानेंद्रियांना चेतना मिळते, मनाची घुसळण होते. त्यातूनच भावभावनांचे तरंग निर्माण होतात; पण मग भारतवर्ष हे नाव केवळ एका राजामुळेच दिलं गेलं असेल का? की ते या नाट्यकलाप्रवीण मुनींमुळेही दिलं गेलं असेल? आपण फक्त संभाव्य शक्यतांचा विचार करू शकतो.

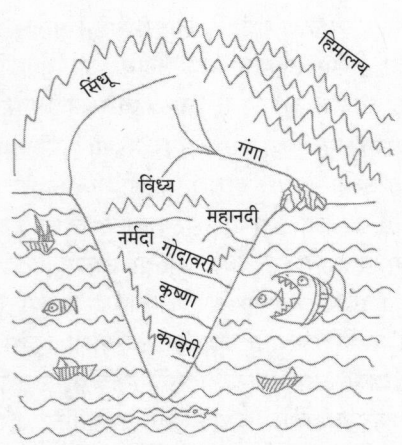

पुराणांनुसार जंबुद्वीप प्रदेश - जांभळाच्या (इंडियन ब्लॅकबेरी) आकाराच्या भूमीचे चित्र

हिमालय हा भारतवर्षाच्या मुकुटासमान विराजित आहे. या ठिकाणी शिव हा सर्वश्रेष्ठ संन्यासी प्रसन्न एकांतात जगापासून पूर्ण विरक्तावस्थेत आसनस्थ होता; परंतु जगातील पहिला गृहस्थाश्रमी दक्ष याच्या सती नामक कन्येनं त्याला प्रेमाचं, जीव गुंतवण्याचं आणि आसक्तीचं महत्त्व शिकवलं. सतीचं निधन झाल्यावर दुःखविव्हळ शिवानं तिचं पार्थिव कलेवर खांद्यांवर उचलून घेतलं. शिवाला त्या अवस्थेतून भानावर आणण्यासाठी म्हणून विष्णूनं सुदर्शन चक्र भिरकावून सतीच्या देहाचे ५१ भाग केले. हे भाग भारतवर्षातील वेगवेगळ्या प्रदेशांत पडले. तीच स्थाने नंतर शक्तिपीठे म्हणून ओळखली गेली.

शिव अदृश्य झाला; परंतु नंतर जेव्हा जेव्हा भक्तांनी त्याला आवाहन केलं तेव्हा पुनःपुन्हा 'ज्याला आरंभही नाही आणि अंतही नाही' अशा उग्र स्तंभस्वरूपात संपूर्ण भारतवर्षातील बारा स्थानांवर अवतीर्ण झाला. या बारा स्थानांना 'ज्योतिर्लिंगे' म्हणतात. पृथ्वीचा त्राता विष्णू यानेही अनेक मानवी अवतार घेऊन धर्मरक्षणासाठी या भारतवर्षात दर्शन दिलं (धर्म म्हणजे जिथं सबळ दुर्बळांची काळजी घेतात अशी जीवनपद्धती). तो पश्चिम किनाऱ्यावर राहणाऱ्या भार्गवकुळात परशुराम म्हणून जन्मला. नंतर रघुकुळात राम म्हणून जन्मला आणि त्या रूपात त्याने उत्तरेला गंगेच्या मैदानी प्रदेशातून दक्षिणेस हिंदी महासागरापर्यंत प्रवास केला. त्यानं यदू कुळात कृष्ण म्हणून जन्म घेतला आणि पूर्वेकडील मथुरेमधून तो पश्चिमेला द्वारकेत आला.

जैन व्यापाऱ्यांची श्रद्धा होती की, भारतवर्षात सर्वत्र पसरलेल्या पर्वतमाथ्यांवर बसून त्यांच्या तीर्थंकरांनी विश्वाच्या अमर्याद, शाश्वत ज्ञानाचा वेळोवेळी नव्याने शोध लावला आहे. या ज्ञानामुळेच भुकेवर विजय मिळवता येतो आणि जन्म-मृत्यूच्या फेऱ्यातून कायमची सुटका होते. ही सर्व ठिकाणं नंतर जैनांची तीर्थस्थळं झाली.

बौद्ध ऐतिहासिक माहितीत लिहिलं आहे की, बुद्धांच्या महापरिनिर्वाणानंतर त्यांच्यावर दहन संस्कार करण्यात आले, तेव्हा त्यांच्या अस्थी कुणी घ्यायच्या यावरून पृथ्वीवरील राजांमध्ये कलह निर्माण झाला म्हणून त्या अस्ती समान भागात प्रत्येक राजास देण्यात आल्या. त्या त्या राजाने मिळालेल्या अवशेषांवर स्मारक म्हणून स्तूप बांधले. नंतर राजा अशोकाने हे सर्व अवशेष मिळवले आणि त्यांचे ८४,००० भाग करून संपूर्ण भारतवर्षात ८४,००० स्तूप बांधले. ही सर्व स्थळे नंतर तीर्थक्षेत्रे

ठरली. यातले बरेच अवशेष नंतर जिथं जिथं बौद्ध धर्माचा प्रसार झाला, तिथं तिथं प्रवास करून नेण्यात आले, त्यामुळेच आता भारतवर्षात ते खूपच कमी संख्येने शिल्लक राहिले आहेत. चीनमध्ये तर बौद्धधर्माने नाट्यपूर्ण परिवर्तन केलं. तिथं भारताचं नाव 'सुखवती' ठेवण्यात आलं. म्हणजेच ती विशुद्ध स्वर्गभूमी होती आणि तिथूनच महान प्रज्ञेच्या उगमाचा ठाव घेता येत होता.

संपूर्ण भारतभर अगणित तळी, सरोवरे, धबधबे, नद्यांची वळणे आणि संगम पसरलेले आहेत, तिथं ऋषिमुनी तप करायचे, त्यांच्यासमोर देव अवतीर्ण व्हायचे, देवी राक्षसांचा वध करायच्या आणि मानवांच्या सगळ्या समस्यांची सोडवणूक व्हायची. या सगळ्या जलाशयांची तीर्थक्षेत्रं बनली. एका स्थळी फार काळ न राहणारे साधुपुरुष एका तीर्थक्षेत्रावरून दुसऱ्या तीर्थक्षेत्री भ्रमण करायचे, त्यामुळेच संपर्कजाळे निर्माण होऊन 'जंबुद्वीपा'चे तीर्थक्षेत्रांच्या पायावरील 'भारतवर्ष' नामक सांस्कृतिक अस्तित्वात रूपांतर झाले. शाश्वत संकल्पना अभिव्यक्त करणाऱ्या वेगवेगळ्या कथा, प्रतीके, विधी यांच्या आधारावर ही तीर्थक्षेत्रे उभी राहिली होती.

या पुस्तकात भारताच्या गुंतागुंतीच्या इतिहासाचं विवेचन करताना येथील ३२ पवित्र तीर्थस्थानांची माहिती आपण घेणार आहोत. ही तीर्थक्षेत्रे अधिकाधिक स्तरांवर आता सर्वधर्मी पर्यटन स्थळे बनू लागली आहेत. यातील बरेचसे विचार माझी वैयक्तिक मते आहेत; परंतु त्यांच्यामागे वास्तवाचा आधार आहे कारण

अनंत असत्यांमध्ये दडलंय केवळ एकच शाश्वत सत्य...
पण कुणी पाहिलंय ते?
वरुणानं पाहिलं हजारो डोळ्यांनी...
इंद्रानं पाहिलं शेकडो नेत्रांनी...
तुम्ही आणि मी पाहिलं फक्त दोन डोळ्यांनी.

१

वैदिक युग
(३००० वर्षांपूर्वीच्या काळापासून)

वेदांमध्ये तीन गटांतील लोकांचे अनुभवसिद्ध शहाणपण सामावलेलं आहे. त्यातले सर्वांत प्राचीन आणि अदृश्य असूनही अस्तित्व जाणवतं असे गट आहेत, ते आदिवासींचे आणि शिकार व अन्न गोळा करून उपजीविका करणाऱ्या लोकांचे. ते गुहांमध्ये राहत होते. पहिली कुरणं आणि शेतं त्यांनीच तर तयार केली होती. खाणीतून धातू काढणारेही ते पहिलेच होते. गूढरम्यतेचं वलय लाभलेले यांच्यातील गट वायव्येस सिंधू आणि सरस्वती नद्यांच्या काठांवर विटांनी उभारलेल्या शहरांत राहत होते. जगाशी व्यापार करत होते, त्यांनी आकाशाची नक्षत्रांवर आधारलेल्या अठ्ठावीस भागांत विभागणी केली होती. या गटांपैकी तावातावाने आपले म्हणणे मांडणारा लोकप्रिय गट पशुपालकांचा होता, त्यांची भाषा सामर्थ्यशाली होती, त्यांच्या अश्वांनी आणि रथांनी गंगेच्या मैदानी प्रदेशातील घनदाट अरण्यांतून मार्ग काढल्यामुळे त्यांना राज्ये स्थापन करता आली. याच राज्यांच्या भव्य दिव्य कहाण्या रामायण- महाभारतासारख्या महाकाव्यांतून पुन्हा नव्याने सांगण्यात आल्या.

या महाकाव्यांतूनच आपल्याला कळलं की, सर्वत्र फिरणारे यती (ऋषी) अज्ञात वाटांवरून पुढे पुढे जात, उपखंडांतील विविध जमातींत मिसळत आणि त्यांना वैदिक संकल्पनांची ओळख करून देत. या संकल्पनांमुळेच मानव पृथ्वीला माणसाळवू शकला होता (स्वतःला राहण्यायोग्य बनवू शकला होता) आणि आकाशाशी संवाद साधू शकला होता. आपल्याला

या महाकाव्यांतून हेही कळलं की, पुलत्स्य आणि विश्रवा यांनी यक्ष आणि राक्षस यांना जन्म दिला, तर कश्यपांनी देव, असुर, नाग आणि गरुड यांना जन्म दिला. दीर्घतमस याने अंग, वंग आणि कलिंगाच्या राजांना जन्म दिला. जमदग्नी हैहय कुळातील राजांशी लढले. मनूचा पुत्र इक्ष्वाकू आणि कन्या इला यांनी सूर्यवंशातील आणि चंद्रवंशातील राजांना जन्म दिला, तसंच वशिष्ठ आणि विश्वामित्र यांच्यात खूपच मोठं वैर होतं.

कहाण्यांचा केंद्रबिंदू भारताचा उत्तर भाग – खास करून गंगेचे मैदान आणि हिमालयाच्या पायथ्याचा डोंगराळ प्रदेश असला तरी महाभारतातल्या तीर्थक्षेत्रांच्या पहिल्या यादीत उपखंडभर पसरलेल्या आणि आजही आपल्याला माहिती असलेल्या काही स्थळांची नावे आहेत : पुष्कर, उज्जैन, द्वारका, कुरुक्षेत्र, नैमिष, प्रयाग, गया, कन्याकुमारी आणि गोकर्ण. पांडवांना दीर्घ वनवास भोगावा लागला, तेव्हा त्यांना सल्ला मिळाला होता की, पूर्वी रामाने केला होता तसा प्रवास करा, नदीकाठच्या आणि डोंगरमाथ्यावरल्या ठिकाणांना भेटी द्या आणि ऋषींशी संवाद साधून त्यांच्या साहाय्याने जीवनाचा अर्थ शोधा.

१

वाराणसी :
देवनगरी

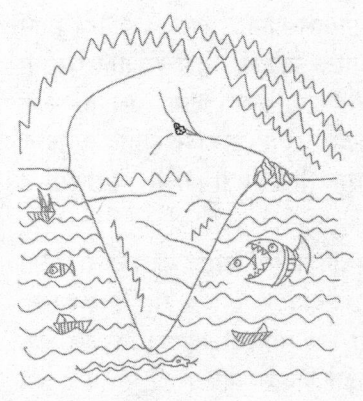

काशी म्हणजेच वाराणसीच्या पावित्र्याचा मागोवा आपल्याला तिच्या भूगोलाकडे घेऊन जातो. हिमालयातून वाहत येणारी गंगा नदी एरवी दक्षिणेस जाऊन समुद्रास मिळायला हवी होती; परंतु तीच नदी काशी येथे वळण घेते आणि उत्तर दिशेस वाहू लागते. गंगेचे हे उलट दिशेने वाहणं आध्यात्मिकदृष्ट्या खूपच वैशिष्ट्यपूर्ण मानलं गेलं. कारण, अशा ठिकाणी काही तांत्रिक संकल्पना प्रकट करता येतात, अशी काही लोकांची श्रद्धा होती.

तंत्रविद्येनुसार आपल्या शरीरातील द्रवपदार्थ खालच्या दिशेने वाहत असतात. आपण अन्न सेवन करतो, त्याचं रूपांतर मांस, रक्त-अस्थींत होतं आणि सरतेशेवटी घाम, वीर्य, पाळीतील रक्तस्राव यांच्या रूपात दक्षिण दिशेस वाहून जातं. आपलं मस्तक नेहमीच उत्तर दिशेचं प्रतिनिधित्व करतं.

तथापि, तपश्चर्या करणाऱ्या ऋषिमुनींनी हे द्रवपदार्थ स्वतःजवळच ठेवून त्यांना उलट दिशेने म्हणजे मस्तक-दिशेने वाहण्यास प्रवृत्त करावं अशी अपेक्षा असते, त्यामुळे त्यांना 'सिद्धी' किंवा 'आध्यात्मिक शक्ती' प्राप्त होतात. दिव्यदृष्टी लाभते, ते काळ आणि अवकाशावर ताबा मिळवू

शकतात, पाण्यावरून चालू शकतात, आकाशात उडूही शकतात, त्यामुळेच कदाचित गंगेचं हे उत्तरेकडे वळणं याच परिवर्तनाशी जोडलं गेलं असावं आणि काशीलाही भौगोलिकदृष्ट्या शक्तिशाली प्रदेश मानून पुरातन ऋषिमुनींनी ठरवलं असावं की, नगरी उभारण्याएवढा हा परिसर नक्कीच पवित्र आहे. स्थानिक लोककथेनुसार देव पृथ्वीतलावर आले, तेव्हा काशी नगरीच्या प्रेमातच पडले.

एकदा या नगरीला दुष्काळाचं संकट सोसावं लागलं, तेव्हा ब्रह्मदेव शोध घेऊ लागले की, हे अवर्षण नष्ट करण्याचं काम कुणाला जमेल? त्यांची रिपुंजयाशी भेट झाली. रिपुंजय त्यांना म्हणाला की, मी आवश्यक ते वैदिक विधी आणि धर्मकृत्ये करून दुष्काळाचं निवारण करीन. त्यासाठी त्यानं एकच अट घातली, ती म्हणजे देवांनी आपापल्या निवासस्थानी परतावं आणि त्याला एकट्यालाच धार्मिक विधींसाठी काशीत राहू द्यावं. देवांनी ते मान्य केलं आणि ते आपापल्या मूळ निवासस्थानी गेले. इकडे रिपुंजयाने धार्मिक विधी करून पावसाला भूमीवर परत आणलं. त्याने काशीत धर्माची स्थापना केली आणि तो महान राजा बनला. त्यानं दहा अश्वांना सर्वत्र पाठवून अश्वमेध यज्ञ केला. हा खरोखरच अचाट पराक्रम होता. यामुळेच वाराणसीत 'दशाश्वमेध घाट' नावाच्या घाटाची निर्मिती झाली. वाराणसी हे एक समृद्ध आणि सुखी राज्य बनलं.

रिपुंजयालाच राजा दिवोदास असं नवीन नाव मिळालं. या नावाचा उल्लेख ऋग्वेदात आहे. जसजसा काळ गेला तसतसं देवांना – खास करून शिवशंकराला काशीत परत यावंसं वाटू लागलं. त्यांना त्या नगरीची खूपच आठवण येऊ लागली. शिवाचं तर ते पृथ्वीवरील आवडतं निवासस्थान होतं. म्हणून देवांनी ठरवलं की, आपण दिवोदासचा अडसर मार्गातून नाहीसा करायचा.

वाराणसी घाट

म्हणून त्यांनी त्याचं चित्त
विचलित करण्यासाठी योगिनींना
पाठवलं; परंतु योगिनींनी माघार
घेतली. कारण, त्यांना ती नगरी
होती तशीच प्रिय होती. मग त्या
कामासाठी अग्नी आणि वायूची
मदत घेण्यात आली; परंतु

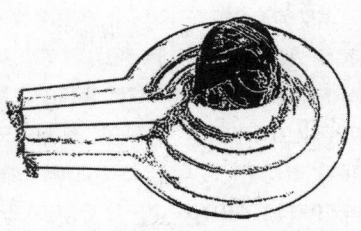

काशीविश्वनाथ अमूर्त स्वरूपात

नगरीतले सर्व लोक आनंदात पाहून तेही त्याच नगरीत राहू लागले, त्यामुळे
अस्वस्थ झालेल्या देवांनी गणेशाला साकडं घातलं. तेव्हा गणेशाने तिथल्या
प्रजेला अत्यंत भयानक स्वप्नं पाडली; परंतु त्याचाही काही उपयोग झाला
नाही. सरतेशेवटी विष्णूने एका संन्याशाचं रूप धारण केलं आणि राजाकडे
जाऊन सांगितलं की, तुझ्या राज्यातील सगळ्या असमाधानामागे तुझ्यासह
राज्यातील सर्व लोकांची ऐहिक सुखेच्छा आणि भौतिक वस्तूंप्रती आसक्ती
कारणीभूत आहे. या सर्व गोष्टींचा परित्याग केलास तर खरोखर सुखी
होशील. विष्णूच्या शब्दांच्या प्रभावामुळे दिवोदास भिक्षू बनला. बहुधा
बौद्ध भिक्षू बनला असावा, त्यामुळे विष्णूच्या संन्यस्त रूपाला हिंदू पुराणात
'मायामोह बुद्ध' म्हणून संबोधलं गेलं असावं. म्हणजे जो युक्तीने कुठल्याही
संघर्षाशिवाय राजांना त्यांची सत्ता सोडायला भाग पाडतो. त्यानंतर दिवोदास
काशी सोडून निघून गेला आणि देव त्यांच्या लाडक्या नगरीत परत येऊ
शकले.

ही एक गूढरम्य कथा आहे. यात गृहीत धरलंय की, बौद्ध-जैन
धर्मांच्या संन्यस्त परंपरांच्या प्रभावाखाली येऊन नगरीचा परित्याग
करण्यापूर्वी दिवोदास हा वैदिक कर्मकांडाचा अनुयायी होता. तो तिथून
निघून गेला, त्यामुळे जुने देव त्यांच्या पूर्वीच्या निवासाच्या नगरीत पुन्हा
येऊ शकले. आता आपण या देवांना खास करून शिवाला पौराणिक
देव म्हणून ओळखतो. शिवाला अगोदर वैदिक आणि नंतर हिंदू परंपरांत
स्वीकारण्याआधीपासूनच तो काशीतील लोकांना माहिती होता. अर्थात हे
सगळे अंदाज आहेत. संपूर्ण खात्रीपूर्वक तर कुणीही सांगू शकत नाही.

आपल्याला माहिती आहे की, काशी ही हिंदू, बौद्ध, जैनांसाठी पवित्र
नगरी आहे, एवढंच नव्हे तर सुफी परंपरा पाळणाऱ्या मुस्लिमांसाठीही पवित्र
नगरी आहे. कबीर-तुलसीदासाची हीच नगरी आहे. हिंदूंची ही पवित्र नगरी

आहे. येथे काशीविश्वनाथाच्या रूपात शिव राहतो, देवी अन्नपूर्णेच्या रूपात शक्तीदेवी राहते आणि बिंदूमाधवाच्या रूपात विष्णू वास करतो. पुरातन काळात काशीनगरी ही कोसल प्रदेशाचा भाग होती. राजा दशरथाशी विवाह होण्यापूर्वी राजकुमारी कौसल्या याच प्रदेशात राहत होती. काशी आणि अयोध्या यांच्यात खूप जवळचे संबंध आहेत. कृष्णाविषयीच्या लोककथांत काशीचा राजा शिवभक्त होता, त्यामुळे त्याचं कृष्णाशी शत्रुत्व होतं. युद्धात त्याचा पराभव झाला असं लिहिलं आहे.

अन्नपूर्णा : अन्नदात्री देवता

बौद्धांना ही नगरी प्रिय आहे. कारण, ती सारनाथच्या खूप जवळ आहे. सारनाथ या ठिकाणी बुद्धाने निर्वाण प्राप्त झाल्यावर पहिलं प्रवचन दिलं होतं. तिथंच त्यानं धर्मचक्राला गती दिली होती. जैनांना ही नगरी पवित्र वाटते. कारण, चंद्रप्रभ आणि पार्श्वनाथ यांच्यासह त्यांचे चार तीर्थंकर याच नगरीत जन्माला आले होते. सिंधू संस्कृतीच्या काळात काशी पवित्र स्थान कशी बनली हे या पुरातन कथानकांतून आपल्या लक्षात येतं.

२

सौंदत्ती :
शिरच्छेदित मातेचे स्थान

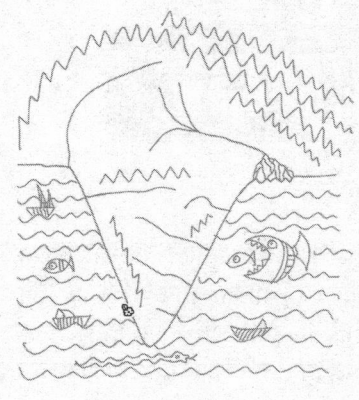

बेळगाव विमानतळावरून धारवाडच्या मार्गावर असताना मी कार्यक्रमाच्या आयोजकांना विचारलं की, 'सौंदत्ती इथून जवळच आहे ना?' तेव्हा मी महाराष्ट्र-कर्नाटक सीमेवरील सुप्रसिद्ध रेणुका मंदिराविषयी बोलत होतो. हा प्रश्न अगदी अचानकच माझ्या मनात आला होता. मग बोलता बोलता विषय या मंदिराकडे वळला आणि काही कळायच्या आतच आम्ही हायवेवरून वाट वाकडी करून त्या तीर्थक्षेत्राच्या दिशेने जाऊ लागलो होतो.

"हे स्थान काही तुमच्या दौऱ्यात अंतर्भूत नव्हतं, हो ना? याचा अर्थ तुम्हाला मातेनं बोलावणं पाठवलं आहे," आयोजक म्हणाले. मी होकारार्थी मान हलवली, तेव्हा आम्ही 'बोलावणं येणं' या कल्पनेस मान्यता देत होतो. जेव्हा एखाद्या तीर्थक्षेत्री जाण्याची उत्कट इच्छा लोकांच्या मनात निर्माण होते तेव्हा ते तिथं ओढले जातात, तीच ही संकल्पना होती; परंतु त्याचसोबतच जेव्हा त्या दैवतालाही तुम्हाला भेटण्याची इच्छा होते, तेव्हाच तुम्ही त्यास भेटू शकता हेही होतंच, त्यामुळे जेव्हा यात्रेकरूंना यात्रेस जाऊनही देवदर्शन होत नाही, तेव्हा ते स्वतःचं समाधान करताना म्हणतात की भेटीचा 'योग' नव्हता.

देवीचं देऊळ सोळाव्या शतकात उभारलं आहे; परंतु त्याच ठिकाणी जुन्या म्हणजे आठव्या शतकातील बांधकामाच्या खुणाही आढळून येतात. स्थानिक राष्ट्रकुट घराण्यातील राजांनी ते देऊळ तेव्हा बांधलं होतं. तिथं विराजमान देवीची कथा आपल्यापर्यंत संस्कृत पुराणातून आलेली असली तरी मौखिक परंपरांतून त्याहूनही खूप समृद्ध अशी कथा आपल्यापर्यंत पोहोचली आहे.

रेणुका-यल्लम्माचे मंदिर

रेणुका या राजकन्येचा विवाह जमदग्नी या भार्गवकुळातील ऋषीशी करून देण्यात आला. तिनं पाच पुत्रांना जन्म दिला (स्थानिक लोककथेनुसार तिनं सात पुत्रांना जन्म दिला होता). ती पतिव्रता होती. तिचं पातिव्रत्य एवढं जाज्वल्य होतं की, कच्च्या मातीच्या मडक्यातूनही न सांडता पाणी भरून आणण्याची सिद्धी तिला प्राप्त झाली होती; परंतु एके दिवशी तळ्यातून पाणी आणताना तिला एक राजबिंडा पुरुष आपल्या पत्नींसह स्नान करताना दिसला तेव्हा क्षणभर तिचं मन चळलं. या अपराधाबद्दल जमदग्नींनी पुत्रांना आज्ञा दिली की, तुम्ही तुमच्या मातेचा शिरच्छेद करा. थोरल्या चार पुत्रांनी तसं करण्यास नकार दिला, तेव्हा त्यांचं पुरुषत्व नष्ट झालं. सर्वांत धाकट्या पुत्राने परशू उचलला आणि आपल्या पित्याच्या आज्ञेचं पालन केलं. या पुत्राचं नाव होतं परशुराम (म्हणजेच परशुधारी राम हा विष्णूचा पाचवा अवतार होता). एका श्रोत्याकडून दुसऱ्या श्रोत्यापर्यंत कथा पोहोचताना मातृहत्येनंतरच्या प्रसंगांत खूपच बदल घडले. संस्कृत कथेनुसार, एकही प्रश्न न विचारता आज्ञापालन केल्याबद्दल परशुरामास पित्याकडून वर मिळाला आणि त्या वराच्या बदल्यात त्याने मातेला पुन्हा जिवंत केलं आणि आपल्या

भावांचं पुरुषत्वही पुन्हा मिळवलं. त्यानंतर सगळं काही छान झालं; परंतु लोककथांच्या काही आवृत्तींत मात्र असं दाखवलं आहे की, रेणुकाच्या मस्तकाची अनेक मस्तकं झाली आणि ती ग्रामीण प्रदेशात वेगवेगळ्या ठिकाणी पडली आणि तिथं देवीची मंदिरं निर्माण झाली.

हे पवित्र मस्तक आपल्या डोक्यावरच्या टोपलीत किंवा भांड्यात धारण करणारी व्यक्तीही पवित्र बनते आणि या ऐहिक जगातून अतींद्रियतेच्या पातळीवर पोहोचते. रेणुकेचे पुरुषत्वहीन पुत्र तिचे पहिले पुजारी बनले. तिला देवी म्हणून स्वीकारणाऱ्या स्त्रियांना अखंड सौभाग्यवती म्हणून गणलं जातं आणि त्यांच्या शरीरात कृपा अवतरली आहे असं समजलं जातं. आणखी एका आवृत्तीत रेणुका 'खालच्या' जातीच्या समाजाकडे मदतीसाठी धावली तेव्हा ती स्थानिक स्त्री तिच्या मदतीसाठी आली, तेव्हा उडालेल्या गोंधळात दोघींचाही शिरच्छेद झाला. त्यानंतर परशुराम मातेला जिवंत करण्याचा प्रयत्न करू लागला, तेव्हा त्याच्या हातून चुकून मस्तकाची आणि देहाची अदलाबदल झाली. मग आता त्यातली त्याची माता कुठली? वरच्या जातीच्या स्त्रीचं मस्तक असलेली की, खालच्या जातीच्या स्त्रीचं मस्तक असलेली? आणखी एका आवृत्तीत तिचं मस्तक अस्पृश्यांच्या राहत्या भागात पडतं, त्यामुळे तिचं शरीर आणि मस्तक वेगवेगळ्या समाजांकडून पुजलं जातं.

या कथेच्या गुंतागुंतीच्या स्वरूपामुळे जाणवतं की, या तीर्थस्थानाची, तिथल्या रूढी-परंपरांची मुळं आदिम काळात रुजली आहेत. ऐतिहासिकदृष्ट्या ही कथा अशा काळाची आठवण करून देते, ज्या काळात दैवतं एका विशिष्ट मंदिरातील विशिष्ट ठिकाणी स्थिर नसून ती पुजारी-पुजारिणींच्या मस्तकावरील टोपल्या, भांड्यांतून पंचक्रोशीत फिरत होती. अगदी आजमितीलाही तुम्हाला मंदिरांभोवती ढोल-डफलीच्या तालावर धुंद होऊन वेगळ्याच समाधिवस्थेत गेलेले डझनभर स्त्री-पुरुष मस्तकावर देव्हारे घेऊन फिरताना दिसतील. ही देवी टोपलीच्या किंवा भांड्याच्या काठाला चिकटवलेली असते. तिला मोरपिसांनी, कवड्यांच्या माळांनी, फुलांनी, कडुनिबांच्या पानांनी आणि लिंबांनी सजवलेलं असतं तसंच हळदीकुंकवाचा मळवट भरलेला असतो.

रेणुका- यल्लमा

बरेचसे भक्त सामाजिक-आर्थिकदृष्ट्या मागास स्तरातील समाजांतून आलेले असतात. एक विवादास्पद आणि आता तर बेकायदेशीरच असणारी अशी, लहान बालिकांना किंवा स्वतःलाच देवीच्या चरणी वाहण्याची प्रथा होती. एकदा का देवीच्या चरणी वाहिलं की, त्या बालिकेला लग्न करण्याची मुभा नसे. तिला जिथे जाईल तिथे मस्तकावरून देवीची मूर्ती वाहून न्यावी लागे. देवीच्या वैभवाची गाणी गात मिळेल ती दक्षिणा स्वीकारत आशीर्वाद द्यावे लागत. ती जणू चालतंबोलतं मंदिरच असे, ती समाजातील नकारात्मक भावनांचं विष पचवत असे, त्यांची रोगराई, गरिबी आणि वांझपणा निवारत असे; परंतु वास्तवात मात्र ती एक शोषणयोग्य वस्तू बनत असे, तिला आत्यंतिक दारिद्र्यात दिवस कंठावे लागत. ना तिला घर असे, ना काही मालमत्ता असे की उत्पन्नाचा निश्चित स्रोत असे.

देवीसोबतचं आपलं नातं यात्रेकरू वर्षांतून दोनदा दोन पौर्णिमांच्या काळात पुन्हा नव्यानं जोडतात, तेव्हा ते जवळच्याच तळ्यात स्नान करतात आणि नग्नावस्थेत म्हणजे अंगावर फक्त कडुनिंबाच्या पानांचं आवरण घेतलेल्या स्थितीत मस्तकावरून फिरत्या देव्हाऱ्याचा भार वाहत मुख्य गाभाऱ्याकडे जातात. जोगती आणि जोगप्पा या नावाने ओळखले जाणारे हे स्त्री-पुरुष गळ्याभोवतीच्या कवड्यांच्या माळांमुळे, कपाळाला फासलेल्या हळदीमुळे वेगळे ओळखू येतात. पुरुष बऱ्याचदा स्त्रीवेश परिधान करतात, त्यामुळे त्यांनाच चुकून हिजडे समजले जाते. देवीला वाहिलेल्यांना रूढीमुळे किंवा प्रचंड दारिद्र्यामुळे पैशांसाठी लैंगिक संबंध ठेवणे भाग पडते, त्यामुळे अत्याचाराचं प्रमाण वाढत गेलं आणि लैंगिक शोषण मोठ्या प्रमाणावर पसरलं. परिणामी जनता पेटून उठली आणि सरकारला काही प्रथांवर बंदी आणण्यास तिने भाग पाडले.

पित्याच्या आज्ञेवरून मातेचा शिरच्छेद करणारा परशुराम

मानसशास्त्राच्या दृष्टीने रेणुकाच्या कथेतून जननक्षमता आणि पावित्र्य या संदर्भातील मानवी ताणतणाव उठून दिसतात. पृथ्वीदेवी कुणाशीच एकनिष्ठ नसते (ती कुणा एकाच्या मालकीची नसते); परंतु मानव तिच्या काही

भागांचं शेतात रूपांतर करून तिच्याकडून एकनिष्ठेची मागणी करतात. त्यासाठी ते जमिनीवर कुंपण घालतात, आपल्या इच्छेनुसार बियाणं पेरतात, तण काढून टाकतात. रेणुका कोण आहे? इच्छावासनायुक्त जितीजागती स्त्री की पतिव्रता पत्नी? अनिर्बंध अरण्य की शेत? फिरस्ती देवता की एका जागी स्थिर देवी? कोण तिचा पती आणि कोण तिचा पुत्र? पती ज्याप्रमाणे पत्नीचा ताबा घेतो तसे आपण जमिनीचा ताबा घेतो का? की, पुत्रांचे भरणपोषण मातेकडून होते तसे आपण तिच्याकडून भरणपोषण करून घेतो?

दर्शन घेताना हे सगळे प्रश्न माझ्या मनात उसळून वर आले होते. मी देवतेच्या चेहऱ्यावर धातूची मिशी लावलेली पाहिली. ''हे काय आहे?'' मी विचारलं आणि पुजारी अगदी सहजपणे उद्गारला की, मातेच्या सर्वभेदक नजरेच्या शक्तीपासून भक्तांची नजर हटावी म्हणून ती मिशी लावलेली आहे. ती अशी धार्मिक प्रथा आहे, जिच्या माध्यमातून आपल्याला आठवण करून दिली जाते की, आपल्यावरील सांस्कृतिक बंधनांमुळे आपण निसर्गातील सत्य स्वीकारू शकत नाही. जिथं इच्छा सर्व नियमांना उल्लंघून पुढे जातात आणि हिंसेने त्या कधीही आटोक्यात आणता येत नाहीत, तेच तर असतं निसर्गातलं सत्य!

३

वैष्णोदेवी :
रामाच्या प्रतीक्षेत

जम्मूच्या डोंगरातील एका अरुंद गुहेतून दीर्घकाळ रांगत गेल्यानंतर आपण शेवटी वैष्णोदेवीच्या गाभाऱ्यात पोहोचतो. त्या ठिकाणी तीन नैसर्गिक सुळक्यांच्या रूपात समूर्त झालेली 'ती' आपल्याला दिसते. सोनेरी गोंड्यांनी, फुलांनी तिला सजवलेलं असतं, छत्रचामरं वरून लहरत असतात. हे तीन सुळके महालक्ष्मी, महासरस्वती आणि महाकाली या देवीच्या तीन रूपांचं प्रतिनिधित्व करतात. भक्तांच्या 'जय माता दी' (पंजाबी भाषेत 'मातेचा विजय असो') अशा आनंदी आरोळ्यांनी वातावरण दुमदुमून गेलेलं असतं. या ठिकाणी समजून घेतलं पाहिजे की, काही लोकांना 'दी' हे या देवीचं स्थानिक नाव आहे असं वाटतं, प्रत्यक्षात तो माते 'चा' या अर्थी पंजाबीतील शब्दयोगी अव्यय आहे.

सध्या वैष्णोदेवी हे तीर्थयात्रेचं लोकप्रिय स्थळ आहे. पंजाब आणि जम्मूत आढळून येणाऱ्या बऱ्याच डोंगर-देवींपैकी ती एक देवी आहे. काही जण तिला भारतीय लोककथांतील सात बहिणींतील एक समजतात. या गूढ, रहस्यमय स्त्रिया जंगलात इतस्ततः विहरत असतात, त्या कुठल्याही

पुरुषाला बांधलेल्या नसतात. त्यांच्यावर अरेरावी केली तर त्या धोकादायक बनू शकतात आणि संतुष्ट केलं तर त्या खूप दयाळू आणि परोपकारी वर्तन करतात. सात तरुणींच्या या प्रतिमेचा मागोवा घेताना ३,००० वर्षांपूर्वी भरभराटीस आलेल्या सिंधू संस्कृतीकडे आपण जातो.

या सप्तभगिनी आहेत तरी कोण? त्या मातृका आहेत का? मातृका म्हणजे पुरुष देवांची स्त्रीरूपे - शिवाची शिवानी, विष्णूची वैष्णवी, विनायकाची विनायकी, कुमाराची कुमारी, इंद्राची इंद्राणी, वराहाची वराही, नरसिंहाची नारसिंही. तशा आहेत का त्या? की कृत्तिका नक्षत्राच्या रचनेतील सात तारका आहेत? या सात कृत्तिकांना एकत्रितपणे शिवाचा योद्धा पुत्र कार्तिकेय याच्या माता म्हणून ओळखलं जातं. की त्या सप्तर्षींच्या पत्नी आहेत? की त्या पुरातन वनदेवता आणि नदीतील जलदेवता आहेत?

महाराष्ट्रात त्या 'सती आसरा' म्हणून ओळखल्या जातात. त्यांच्या नावे सात दगड ठेवून अपत्यहीन स्त्रिया, गर्भपाताचं भय असलेल्या स्त्रिया आणि विषाणूच्या संसर्गाने त्वचेस पुरळ येऊन ताप आलेल्या मुलांच्या माता त्यांची पूजा करतात. मात्र त्याबद्दल आपण पूर्ण खात्रीने सांगू शकत नाही. दीर्घ मौखिक परंपरेच्या मनाला सुखावणाऱ्या काही खुणा आपल्याला ग्रंथांतील संदर्भात दिसतात. ही दीर्घ परंपरा भारतातील नद्यांना आणि मैदानी प्रदेशांना कवेत घेऊन पुढे चालली आहे, सर्वसामान्य जनांनी कित्येक सहस्रके त्या परंपरांबद्दल एकमेकांना कुजबुजत्या स्वरात सांगितलंही आहे. त्या परंपरांपैकी कर्मठ संस्कृत ब्राह्मणी परंपरांपासून ते लोक स्वतःहून दूर राहिले अथवा त्यांना त्यापासून दूर ठेवलंही गेलं.

वैष्णोदेवी मंदिराबद्दल सगळ्यात वेगळी बाब काही असेल तर ती म्हणजे पंजाब आणि जम्मू प्रदेशातील अन्य देवींप्रमाणेच ही देवीही शाकाहारी देवता म्हणूनच पूजली जाते. खरं तर पौराणिक-तांत्रिक परंपरांनुसार या देवीस रक्ताचा नैवेद्य दाखवून तिची पूजा केली जायला हवी. कारण, अन्यत्र वसंतातील नवरात्र आणि शारदीय नवरात्र असे तिचे सण साजरे केले जातात. या सणांच्या वेळेस देवी दैत्यांशी लढते, तेव्हा तिला म्हैस, बकरी आणि कोंबड्यांचा बळी दिला जातो; परंतु वैष्णोदेवीच्या ठिकाणी असं काही घडत नाही. ती देवी पूर्णतया शाकाहारी आहे. ही संकल्पना बंगाल, आसाम अथवा ओडिसा येथील शाक्त पंथीयांच्या श्रद्धांविरुद्ध जाणारी आहे.

जुन्या वैदिक परंपरांनी पौराणिक परंपरांना मार्ग करून दिला, तेव्हा दोन देवांचा उदय झाला, हे देव एकमेकांशी श्रेष्ठताविषयक स्पर्धा करू लागले. ते होते शिव आणि विष्णू. शिवरूपात हिंदू धर्मातील संन्यस्त बाजू समूर्त झाली, तर विष्णुरूपात गृहस्थधर्मी बाजू समूर्त झाली. शिवाने उघडपणे वैदिक कर्मठतेला आव्हान दिलं होतं. शिवकथांत दिसून येतं की, त्यानं ब्रह्माचा आणि दक्षाचा शिरच्छेद केला होता. विष्णूनेही वैदिक कर्मठपणाला आव्हान दिलं; परंतु ते राजकुळातील राम आणि पशुधनपालक कृष्ण यांच्या स्वरूपात अध्याहृतपणे दिलं. या दोन्ही विचारसरणींतील तणाव कायम तसाच राहिला. शिवाचा संबंध तांत्रिक प्रथांशी खास करून मद्य, मांसाशी आणि लैंगिक संबंधांच्या धार्मिक वापराशी आला, तर विष्णूचा संबंध दूध, गायी, शाकाहार, ब्रह्मचर्य यांच्याशी आला. शिवाचे अनुयायी सिद्धीबद्दल म्हणजे योगशास्त्रातून मिळवलेल्या जादुई शक्तीबद्दल बोलतात, तर विष्णूचे अनुयायी धर्माबद्दल किंवा समाजनियमांबद्दल बोलतात. शिव जगापासून विरक्त होतो तर विष्णू जगाबद्दल आसक्त राहतो.

देवी या दोन्ही देवांत समन्वय घडवून आणते. शक्ती या रूपात शिवाची पत्नी बनून ती त्या उग्र संन्याशाचे रूपांतर मनमिळाऊ गृहस्थात करते. लक्ष्मी या नात्याने ती विष्णूची जबाबदारी बनते, त्याला त्याच्या वैकुंठरूपी उत्तुंग स्वर्गातून खाली यायला लावते आणि राम-कृष्णांच्या मानवी अवतार-रूपांतून मानवी व्यवहारांत भाग घ्यायला लावते. या कथा हजार वर्षांपूर्वी निर्माण झाल्या आहेत. या सांस्कृतिक दृष्टीबदलातून वैष्णोदेवीच्या तीर्थस्थानाबद्दल आपल्याला समजून घेता येतं.

वैष्णोदेवी ही दक्षिण भारतातली एक राजकन्या होती असाही समज आहे. ही राजकन्या रामाला भेटते तेव्हा तिला रामाशी विवाह करायची इच्छा होते; परंतु राम हा 'एकपत्नी' असतो. सीता या एकाच पत्नीशी एकनिष्ठ राहण्याची त्यानं शपथ घेतलेली असते, त्यामुळे तो तिला सांगतो की, रामावतारात मी तुझ्याशी विवाह करू शकत नाही; परंतु भावी जन्मात मी तुझा पती होईन. म्हणून मग

तीन पवित्र खड्यांच्या स्वरूपातील वैष्णोदेवी

ही राजकुमारी पर्वतावर जाते आणि संन्यस्त जीवन जगू लागते. कधी कधी तिला त्रिकुटा म्हणून संबोधलं जातं तर कधी कधी वेदवती असंही संबोधलं जातं. शिवपूजक रावणाने तिला आपली पत्नी बनवण्याचा प्रयत्न केला; परंतु तिनं पवित्र चितेत उडी घेतली आणि वैष्णोदेवी म्हणून तिचा पुनर्जन्म झाला. त्यानंतर विष्णूच्या भावी अवतारात राम पुन्हा आपल्याकडे येईल म्हणून त्याच्या प्रतीक्षेत ती तप करू लागली. तप करताना तिच्याकडे भैरवाचं लक्ष गेलं. भैरव तंत्रविधींचा अनुयायी होता. त्यानं देवीकडे अन्न मागितलं. देवीने त्याला अन्न दिलं; परंतु त्याच्या 'अन्नाच्या' व्याख्येत 'लैंगिक भूक' भागवणंही होतं (तंत्रविधीत त्यास मैथुन असे म्हणतात); परंतु त्यास देवीने नकार दिला. तिनं भैरवास सांगितलं की, मी रामाची वाट पाहते आहे म्हणून तू माझ्या इच्छेचा मान ठेवला पाहिजेस; परंतु भैरवाने त्यास नकार दिला आणि तिच्यावर बळजबरी करायचा प्रयत्न केला, तेव्हा देवी त्याच्यापासून दूर पळून गेली. सध्या यात्रेकरू ज्या मार्गावरून चालतात, त्या मार्गावरून ती गेली होती. भैरव तिचा पाठलाग करू लागला. वाटेत त्याची लढाई त्याला थांबवू पाहणाऱ्या लंगूरवीराशी (मर्कटनायकाशी) झाली. काही लोक या लंगुरवीरास हनुमान म्हणून ओळखतात. सरतेशेवटी त्याच्या पाठलागामुळे त्रस्त झालेल्या देवीने चंडीचं रूप धारण करून भैरवाचा शिरच्छेद केला. पर्वतावरच राहिलेल्या त्याच्या शरीराने एका मोठ्या खडकाचं रूप धारण केलं. आजही तो खडक तिथं दिसतो. त्याचं मस्तक खाली दरीत पडलं.

व्याघ्रावर बसलेल्या शेरावालीच्या रूपात वैष्णोदेवी;
तिचे दोन पहारेकरी हनुमान आणि भैरव यांच्यासमवेत

त्यानंतर भैरवास पश्चात्ताप झाला आणि त्यानं आपल्या मर्यादातिक्रमणाबद्दल क्षमा मागितली. त्यानं तिला म्हटलं, ‘‘कुपुत्र निपजू शकतो; परंतु कुमाता कधीही असू शकत नाही.’’ तेव्हा वैष्णोदेवी शांत झाली आणि भैरवास क्षमा करून तिनं घोषणा केली की, ‘माझे भक्तगण भैरवाच्या देवळासही भेट देऊन त्याच्या मस्तकाची पूजा करतील.’ आजही ती प्रथा चालू आहे.

अशा प्रकारे आपल्याला शाक्त, शैव आणि वैष्णव या तीन पौराणिक विचारधारांचे प्रवाह असलेली एक कथा यातून दिसते. यात शाक्त परंपरा रामाच्या वैष्णव परंपरेशी युती करते आणि भैरवाच्या शैव परंपरेला दूर लोटते; परंतु शेवटी सर्व जण समेट करतात. भैरवाला शिक्षा होते; परंतु त्याला मोठ्या मनाने क्षमाही केली जाते आणि शेवटी आदरही दिला जातो. भैरवाचे परिवर्तन हे हिंदू धर्माचे एकमेवाद्वितीय असं वैशिष्ट्य आहे. इथं देवाच्या नजरेत कुणीही ‘खलनायक’ नाही. म्हणजे जे देवीची संमती दुर्लक्षित करतात, त्यांनाही योग्य तो पश्चात्ताप झाल्यावर आणि सक्त ताकीद दिल्यानंतर सगळं काही बदलून जातं.

४

मनाली :
डोंगरातील देवी

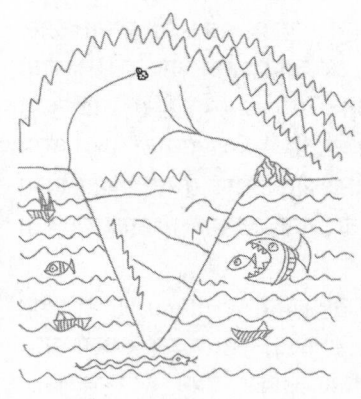

हिमाचल प्रदेशातील मनाली येथे धुक्यात लपेटलेल्या देवदारांच्या हिरव्यागार डोंगरबनात हिडिंबा देवीचं मंदिर आहे. ती महाभारतातील भीमाची राक्षसकुलीन पत्नी म्हणून ओळखली जाते. या पुरातन वेदीभोवती लाकडी मंदिर साधारण पाचशे वर्षांपूर्वी एका स्थानिक राजाने बांधलं.

पाषाण हा बांधकामासाठीचा आवडता पर्याय होण्यापूर्वीची जुनी लाकडी मंदिरं कशी असतील, त्याचं स्मरण या मंदिरामुळे होतं. या मंदिरात तीन लाकडी मंडप असून वरचा कळस धातूचा आहे. साध्यासुध्या रचनेच्या या मंदिराच्या मार्गिकांमध्ये कोरीव काम केलं आहे. त्यात शिव-शक्ती, विष्णू-लक्ष्मी आणि बुद्ध यांची कोरीव चित्रं आहेत. त्याशिवाय हत्ती, सिंह, उंट अशा प्राण्यांच्या आणि कलशासारख्या विपुलता-दर्शक शुभ प्रतिमाही आहेत. नेहमीपेक्षा वेगळ्या वस्तू सांगायच्या तर बाहेरच्या भिंतींवर हरणांची शिंगे आणि मस्तके लावलेली आहेत, त्यामुळे त्या मंदिराचं 'आदिवासी मूळ' लक्षात येतं.

मंदिरात एक विशाल पाषाण आणि छोटीशी पितळी मूर्ती यांच्या रूपात देवीचा वास आहे. पाषाणावर एक दोरखंड टांगला आहे. असं म्हणतात की, एके काळी गुन्हेगारांना त्याच दोरखंडाने बांधून त्यांचं शरीर त्या पाषाणावर आपटलं जात होतं. या मंदिराच्या मूळ वारशाचं स्मरण देणारी ती आणखी एक खूण आहे. हिडिंबापुत्र घटोत्कच याचं मंदिर बाजूलाच आहे.

दरवर्षी विजया दशमीला संपूर्ण भारतभरात दसऱ्याचा सोहळा संपन्न झाला की, देवी पालखीत बसून कुलूच्या दरीत जाते. देवीचं कुलूला आगमन झाल्यानंतर तिथला दसऱ्याचा सोहळा आठवडाभर चालतो. त्या सोहळ्यास साक्षीदार म्हणून अन्य स्थानिक डोंगरी देवदेवताही राजघराण्याच्या मुख्य देवीस मानवंदना देण्यास पालख्यांतून येतात, हे राजघराणं असतं रामायणातल्या रघुनाथाचं म्हणजेच रामाचं. या मागची कथा अशी आहे की, तिथल्या स्थानिक राजाच्या मनात एकदा एका शेतकऱ्याकडील 'मोत्यां'बद्दल अभिलाषा उत्पन्न झाली. प्रत्यक्षात शेतकऱ्याकडचे ते मोती खरेखुरे नसून 'बुद्धिचातुर्याचे मोती' होते; परंतु ती संकल्पना त्या लोभी राजाच्या बुद्धीपलीकडची होती. त्यानं मोती मिळवण्यासाठी त्या गरीब शेतकऱ्याचा छळ आरंभला. तेव्हा मरताना शेतकऱ्याने राजाला शाप दिला की, तू जे खायला जाशील त्याचं रूपांतर किड्यांत होईल आणि प्यायला जाशील त्याचं रूपांतर रक्तात होईल.

राजाला त्या शापाचा प्रचंड त्रास सहन करावा लागला, तेव्हा त्यानं उ:शाप मिळावा म्हणून देवांची करुणा भाकली. सरतेशेवटी त्याला सल्ला मिळाला की, गंगेच्या मैदानी प्रदेशातल्या साकेत इथून तू रघुकुलनाथ रामाची प्रतिमा डोंगरावर घेऊन ये. त्यानं तसं केलं, तेव्हा रामकृपेने त्याला क्षमा करण्यात आली आणि उ:शाप प्राप्त झाला. तेव्हा डोंगरातले देव रामाचं स्वागत करायला आले. यातून राजघराण्याच्या अधिकाराचा अंमल दिसून येतो. डोंगरातील दैवतं ही त्या राज्यातील वेगवेगळ्या खेड्यांची ग्रामदैवतं आहेत तर

हिडिंबा देवीचे मंदिर

हिडिंबा ही राजघराण्याची संरक्षक देवी आहे म्हणून तिच्या आगमनाने सोहळ्यास सुरुवात होते.

डोंगरातले लोक म्हणतात की, एकदा जमदग्नी ऋषी त्रैलोक्याच्या यात्रेस गेले, तेव्हा ते जिथं जिथं गेले तिथं तिथं भेटलेल्या देवांच्या प्रतिमा त्यांनी गोळा केल्या. देवांनी त्यांना सांगितलं की, या प्रतिमा जमिनीस जिथं स्पर्श करतील तिथं त्या रुजतील म्हणून मग जमदग्नींनी त्या प्रतिमा एका टोपलीत ठेवल्या आणि घरी पोहोहचेपर्यंत एकदाही जमिनीवर न ठेवता अखंड प्रवास केला. त्यांना माहिती होतं की, सगळे देव आपल्याच घरात असले तर आपल्यावर आणि आपल्या वंशजांवर त्यांची सदैव कृपाच राहील; परंतु हिमाचलजवळ त्यांना खूप मोठ्या वादळाला तोंड द्यावं लागलं आणि त्यांच्या हातातून टोपली निसटली, तेव्हा सगळे देव आसपासच्या डोंगरांवर विखरून पडले. हेच सगळे कुलू आणि मनालीचे देवदेवता आहेत. दरवर्षी दसऱ्याच्या सोहळ्यास ते एकमेकांना भेटायला आणि राजाधिराज रघुनाथ राम व राजमाता हिडिंबा यांच्या कानावर आपली खबरबात घालायला येतात, तिथं जमतात.

बाजूच्याच उत्तरांचलात 'हर की दून' दरीत (हे सुप्रसिद्ध गिर्यारोहण ठिकाणही आहे) दुर्योधन, कर्ण यांच्यासह महाभारतातील वेगवेगळ्या व्यक्तिरेखांची मंदिरं आहेत. याच डोंगरांवरून पांडव स्वर्गात म्हणजे इंद्राच्या निवासस्थानी गेले होते असं म्हणतात.

डोंगरांवरील देवदेवतांचे मुखवटे

पाश्चात्त्य विद्वानांच्या मानण्यानुसार 'भारत' ही संकल्पना राजकीय सत्तेच्या कार्यक्षेत्रात बसत नाही तर ती संकल्पना भक्तिभाव आणि तीर्थयात्रा यांनी बांधली गेलेली आहे. या डोंगरदऱ्या रामायण आणि महाभारत या महाकाव्यांनी जोडल्या गेल्या आहेत. दोन्ही महाकाव्यांत नायकांचा संपर्क राक्षसांशी आला. महाभारतात राक्षसांना बऱ्याचदा 'असूर' असं संबोधलं जातं. तरी नीट अर्थ पाहता असुर हे देवांचे शत्रू आहेत तर राक्षस हे यज्ञाधारित वैदिक संस्कृती उभी करू पाहणाऱ्या वैदिक ऋषींचे शत्रू आहेत. गंधर्व आणि नागांप्रमाणे राक्षसदेखील वैदिक पद्धती माहिती नसलेल्या आणि त्यामुळे

शत्रुत्व धरणाऱ्या डोंगरी आणि जंगली जमाती असणार. त्यातील काही वैदिक लोकांसोबत मिळून मिसळून राहिले आणि त्यांनी त्यांच्या पद्धती आत्मसात केल्या तर काही तटस्थ राहिले तर काही पूर्णतया दूरच राहिले. दोन भिन्न संस्कृती भेटतात आणि त्यांच्यात संघर्ष होतो तेव्हा असंच घडतं.

ब्रिटिश वसाहतवादाचा प्रभाव, तसंच इस्लाम आणि ख्रिश्चन धर्मांमधला देव-सैतान हा साचा यांच्यामुळे राक्षस आणि असुर हे एव्हिल ('दुष्ट प्रवृत्तीचे') होते असा आपला कल झाला आहे; परंतु प्रत्यक्षात 'एव्हिल' हा शब्द कुठल्याही भारतीय भाषेत ख्रिश्चन-मुस्लीम धर्मांतील अर्थानुसार अनुवादित होऊ शकत नाही. कारण, पुराणांनुसार तर दैत्य हे देव आणि ऋषिमुनींप्रमाणेच ब्रह्मा व कश्यप यांचे वंशज होते. त्यातून आपल्याला विश्वबंधुत्व आणि 'वसुधैव कुटुंबकम्' (हे विश्वचि माझे घर) या संकल्पना लक्षात येतात आणि म्हणूनच पांडवांनी हिडिंबेला पांडव घराण्याची राणी केलं नाही आणि तिचा पुत्र घटोत्कच यास पांडवांच्या राज्याचा खरा वारसदार बनवलं नाही तरीदेखील तिच्या लोकांनी तिच्याकडे देवीमातेच्या 'शक्ति'रूपात पाहिलं. म्हणजेच स्थानिक देवता आणि त्याच वेळेस अधिक व्यापक स्तरावर हिंदू धर्मातील देवी अशा स्वरूपात पाहिलं.

५

द्वारका : युद्धातून माघार

गुजरातच्या जामनगर जिल्ह्यातील 'द्वारका' येथील द्वारकाधीश मंदिरास दोन दरवाजे आहेत. त्यातील उत्तरेकडील मुख्य द्वारास 'मोक्षद्वार' नाव आहे आणि दक्षिणेकडील द्वारास 'स्वर्गद्वार' असं नाव आहे. हे दोन्ही दरवाजे एकमेकांच्या विरुद्ध दिशेस का उभे आहेत? हिंदू विवेकदृष्टीचा तो नियम आहे का?

पुराणानुसार उत्तर दिशा ही ध्रुव ताऱ्याची दिशा असल्याने ती शाश्वताची स्थिती दर्शवते, तर दक्षिण दिशा ही त्याच्या अगदी विरुद्ध म्हणजे अशाश्वताची किंवा मर्त्यतेची म्हणजेच यमराज्याची दिशा दाखवते. दोन्ही दरवाजे भक्तगणांना मानवी जीवनातील दोन ध्येयांकडे घेऊन जातात. सर्व मोहासक्तींपासून विरक्ती म्हणजे मोक्ष आणि सर्व मोहासक्तींत रत होणे म्हणजे स्वर्ग. मोक्ष शाश्वत तर स्वर्ग अशाश्वत असतो. महाभारत या महाकाव्यातून प्रथमच हिंदू धर्माच्या इतिहासात मुद्‌गल ऋषींनी या पर्यायाकडे लोकांचं लक्ष वेधलं आहे.

महाभारतात वर्णिलेलं युद्ध ५,००० वर्षांपूर्वी झालं होतं, असं मानण्याची परंपरा आहे; परंतु आपल्याकडील लिखित ग्रंथ २,०००

वर्षांपूर्वीचा आहे. त्यात 'स्वर्ग' या वैदिक संकल्पनेची (स्वर्गप्राप्तीसाठी नियमित धर्मकर्म करावं लागतं) आणि 'मोक्ष' या उपनिषदांतील संकल्पनेची (प्रज्ञेतून मोक्षप्राप्ती होते) सांगड घालण्यात आली आहे.

पांडवांचा मामेभाऊ, द्वारकावासी कृष्ण याच्याशी महाभारत आपली ओळख करून देतं; परंतु कृष्ण तर 'व्रजभूमी' म्हणून सर्वपरिचित अशा गंगेच्या मैदानी प्रदेशातील मथुरेचा होता ना? मग तिथून त्याचा निवास भारताच्या पश्चिम किनाऱ्यावरील 'आनर्त' प्रदेशाकडे कसा हलला? ते माहिती करून घेण्यासाठी आपल्याला कृष्णचरित्राच्या अपरिचित भागाकडे जावं लागेल. सुरुवातीला 'हरिवंश' ग्रंथात ती माहिती दिली गेली. महाभारताचे परिशिष्ट म्हणून हा ग्रंथ लिहिला गेला असं मानलं जातं. नंतर *भागवत पुराणात* त्याबद्दल विस्तृत विवरण दिलं आहे.

कृष्णाने आपल्या मामाला – कंसाला ठार मारलं, तेव्हा मथुरावासीयांनी जल्लोष केला. ती वार्ता मगधचा राजा आणि कंसाचा सासरा जरासंध याच्यापर्यंत पोहोचली. त्यानं मथुरेवर हल्ला करून ती जाळून टाकली, त्यामुळे कृष्णाला आपल्या सर्व नातेवाइकांसह खूप दूर, वाळंवट पार करून एका बेटावर जावं लागलं. तेच बेट सध्या 'बेट द्वारका' नावाने ओळखलं जातं. या बेटावर एके काळी 'कुशस्थली' नगरी वसली होती. राजा रेवत तिचा राजा होता; परंतु तेव्हा ती नगरी उद्ध्वस्त स्थितीत होती. कारण, आपल्या कन्येला सुयोग्य वर कोण हे ब्रह्मदेवाला विचारण्यासाठी राजा रेवत केवळ एकच दिवस गेला होता; परंतु ब्रह्मलोकातील एक दिवस म्हणजे पृथ्वीलोकातील एक हजार वर्षं होतात हे काही त्याच्या लक्षात आलं नव्हतं.

द्वारका येथील मंदिर

राजा परत आला, तेव्हा त्याला दिसलं की, त्याच्या नगरीत कृष्ण आणि त्याचे यादव राहत आहेत. ते पाहून

राजा दुःखी तर झालाच; पण हे आपल्याच मूर्खपणामुळे झालं हेही त्याच्या लक्षात आलं. मग कृष्णानेच त्याला सुचवलं की, राजकन्या रेवतीचा विवाह आपले वडील बंधू बलराम यांच्याशी राजाने करून द्यावा, त्यामुळे या सगळ्या प्रकरणाचा सुखान्त झाला. तसंच बलराम हा माजी राजाचा जावई झाल्याने त्या बेटावरील यादवांच्या हक्कास वैधताही प्राप्त झाली.

द्वारकेच्या कृष्णाला 'द्वारकाधीश' नाव मिळालं; परंतु त्याचा चुकीचा अर्थ 'द्वारकेचा राजा' असा लावण्यात आला; परंतु रामासारखा कृष्ण हा कधीच राजा नव्हता. तो केवळ द्वारकेचा *रक्षणकर्ता* होता. यादवांचा 'राजा' या संकल्पनेवर विश्वास नव्हता म्हणूनच तर ते कंसाचा तिरस्कार करत होते. त्यांना सार्वमताने म्हणजे वेगळ्या शब्दांत सांगायचं, तर लोकशाहीने राज्य कारभार करणं पसंत होतं.

द्वारकेच्या कृष्णाला 'रणछोडराय' म्हणजे 'युद्धातून पळून गेलेला' असंही म्हटलं जातं. राजपुत राजांनी उभारलेल्या मंदिरांत 'रण सोडून पळणाऱ्या' कृष्णाला विराजमान केलं जातं ही गोष्ट उल्लेखनीयच म्हणावी लागेल. असं का बरं असावं? कधी कधी रणनीती म्हणून तात्पुरती दोन पावलं मागे जाणं चुकीचं नसतं, याची आठवण गर्विष्ठ राजपुतांना असावी म्हणूनही कदाचित त्यांनी तसं केलं असावं. नंतर कृष्णानं जरासंधाचा पराभव करण्यासाठी पांडवांची मदत घेतली. ही कथा जैन लोकसाहित्यात तपशीलवार आलेली आहे.

द्वारकाधीशजी

जेव्हा जेव्हा आपण द्वारकेच्या कृष्णाचा विचार करतो, तेव्हा तेव्हा तीन तीर्थक्षेत्रांची आठवण होते. ती तीर्थक्षेत्रं म्हणजे, जिथं कृष्णाच्या मूर्तीची पहिल्यांदा स्थापना झाली ती बेट द्वारका, जिथं पंधराव्या शतकात चालुक्य शैलीत चुनखडीचं पाच मजली मंदिर बांधण्यात आलं ती द्वारका आणि खेडा जिल्ह्यातील डाकोर. असं म्हणतात की, 'बोदन' नामक

कृष्णभक्ताला वृद्धावस्थेमुळे द्वारकेला दरवर्षी यात्रेस जाता येईना झालं म्हणून या ठिकाणी सतराव्या शतकात कृष्णाची मूर्ती हलवण्यात आली होती.

या तिन्ही मंदिरांतील कृष्णमूर्ती वैशिष्ट्यपूर्ण आहेत. मूर्तीस चार हात आहेत, वरच्या डाव्या हातात चक्र आहे तर उजव्या हातात गदा आहे. खालच्या डाव्या हातात शंख आहे तर उजव्या हातात कमळ आहे. या प्रतीकांतून विष्णूच्या वामन या बटू-अवताराची आठवण होते; परंतु मंदिरात त्याला कृष्णच म्हटलं जातं. द्वारकेतील कृष्ण हा अधिक मोठ्या वयाचा, अधिक प्रगल्भ द्वारकाधीश आहे तर डाकोरचा कृष्ण वयानं लहान, अधिक खेळकर रणछोडराय आहे, त्यानं हातात बासरी धरलेली आहे. बऱ्याचदा सणसमारंभात अशी मूर्ती दिसते.

वृंदावन सोडून जाताना कृष्ण

यांपैकी कोणतंही मंदिर कृष्णाला राधेशी जोडत नाही. राधेची लोकप्रियता गंगेच्या मैदानी प्रदेशांत, बंगाल आणि ओडिशा येथेच आहे. देशातील अन्य ठिकाणच्या बहुतेक कृष्णमंदिरांत कृष्ण एकटाच उभा असतो किंवा त्याची त्याच्या आठ राण्यांशी किंवा लक्ष्मीशी जोडी जुळवली जाते. कृष्णाला एकूण आठ मुख्य राण्या (अष्टभार्या) होत्या. बेट द्वारकेत सत्यभामा आणि जांबवती या त्याच्या दोन राण्यांची मंदिरं आहेत, तर द्वारकेत पट्टराणी रुक्मिणीचं मंदिर आहे. डाकोरमध्ये लक्ष्मी मंदिर आहे. वैष्णव परंपरेला अनुसरून द्वारकेतलं रुक्मिणी मंदिर तसंच डाकोरमधील लक्ष्मी मंदिर स्वतंत्र

असून कृष्ण मंदिरापासून थोड्या अंतरावर आहे. त्यातून देवीचं स्वयंभूत्व दिसून येतं.

महाभारतात सांगितल्यानुसार सरतेशेवटी द्वारका नगरी पुरात बुडून गेली. द्वारकेच्या समुद्रकाठाजवळील तळाशी उत्खनन केलं असता पुरातन शहरं आढळून आली आहेत. ती हडप्पा काळाच्या अंतिम टप्प्यातली (ख्रिस्तपूर्व १५०० सालची) शहरं होती. ही कृष्णाची नगरी होती का? भक्तांच्या दृष्टीने याचं उत्तर होकारार्थी आहे; परंतु पुराव्याअभावी वैज्ञानिकांनी आपलं मत राखून ठेवलं आहे. या विषयावरील राजकीय उन्माद त्यांना नको आहे. बऱ्याच लोकांना कृष्ण हा भूतकाळातील ऐतिहासिक व्यक्तिरेखा असावी असं वाटतं; परंतु भक्तांना मात्र कृष्ण म्हणजे पौराणिक व्यक्ती असावी असं वाटतं. भक्तांसाठी, तो अनादि अनंत असावा आणि द्वारकेचा रक्षणकर्ता म्हणून अजूनही त्यानं त्या मंदिरात राहावं. होय, तीच ती द्वारका नगरी जी मोक्ष आणि स्वर्ग ही दोन्हीही द्वारं उघडते.

२

श्रमण युग
(२५०० वर्षांपासून पुढील काळ)

रामायणातल्या आणि महाभारतातल्या कथा बुद्ध आणि जैन महावीर यांच्या आधीच्या काळाशी जोडलेल्या असल्या तरी ही दोन्ही महाकाव्ये लिखित स्वरूपात पुष्कळ उशिरा आली. या कहाण्यांत आपल्याला संन्यासी (श्रमण) आणि गृहस्थ (संसारी) यांच्यातील तणाव दिसून येतो. जन्म-पुनर्जन्माच्या चक्रात मानवाला अडकवणाऱ्या समाजापासून संन्याशास दूर जायचं होतं, तर गृहस्थास समाजातच राहून सगळ्या जबाबदाऱ्या पूर्ण करायच्या होत्या आणि तरीही जन्म-पुनर्जन्माच्या चक्रातून सुटायचं होतं. 'कर्म' ही संकल्पना भारतीय तत्त्वज्ञानाची आधारभूत कोनशीला आहे, तिचा उदय गंगेच्या सखल मैदानी प्रदेशात झाला. ही संकल्पना भारत सोडून अन्यत्र कुठेही नाही. सनातन (शाश्वत) सत्य या रूपात या संकल्पनेकडे पाहिलं गेलं आहे.

बौद्ध-जैनधर्मीय संन्यस्त मार्ग पसंत करतात तर हिंदूधर्मीय संन्यासाचा आणि गृहस्थाश्रमाचा मेळ घालणं पसंत करतात. अत्यंत प्राचीन काळातील ऋषिमुनींप्रमाणे बौद्ध भिक्षू आणि जैन श्रमण उत्तरेपासून दक्षिणेपर्यंत आणि पूर्वेपासून पश्चिमेपर्यंत आपल्या विचारांचा प्रसार करण्यासाठी फिरले. ज्यांनी त्यांचं स्वागत केलं त्यांना महापुण्य मिळालं एवढंच नव्हे तर ते महान राजांच्याही पंगतीत जाऊन बसले. उदाहरणार्थ, मगधच्या राजा अशोकाने बौद्ध धर्म स्वीकारला तर ओडिशाच्या खारवेल राजाने जैन धर्मास पसंती दिली.

चाकाला जसे एक केंद्र आणि वेगवेगळ्या दिशांना वळणारे आरे असतात, त्याचप्रमाणे या सतत प्रवास करणाऱ्या भिक्षूंनी/श्रमणांनी त्यांच्या त्यांच्या राज्याला केंद्रवर्ती मानून सर्व दिशांना प्रवास केला. याच मार्गांनी व्यापारी आणि भविष्यात सैन्यांनीही वापरलेल्या महामार्गांना जन्म दिला. शेवटी त्यातूनच 'चक्र' प्रतीकाची प्रेरणा मिळाली. भारताच्या ऐहिक आणि आध्यात्मिक अशा दोन्ही शक्तींचं ते प्रतीक बनलं. चक्राची कडा हा 'देह' होता तर केंद्रस्थान हा 'देही' होता. त्यालाच जैन धर्म 'जीव' म्हणतो आणि हिंदू धर्म 'आत्मा' म्हणतो. बौद्धधर्मीयांत केंद्रस्थानास 'शून्य' समजतात तर हिंदू त्यास 'अनंत' समजतात. तत्त्वज्ञानातील या संकल्पनांचा गणितावर खूप मोठा परिणाम झालेला आहे.

६

रणकपूर : तीर्थशोधक

माझ्यासमोर वस्त्रविहीन ऋषभांची पद्मासनातील अवाढव्य मूर्ती आहे. मूर्तीच्या चेहऱ्यावरील भाव गूढगंभीर आहेत. ऋषभ हे अत्यंत आदरणीय 'जिन' अथवा जैन तीर्थंकर आहेत. तीर्थ म्हणजे नदीचा असा उथळ भाग जो पुलाचा वापर न करता चालतही पार करता येतो. ही उपमा जैन धर्मातील ज्ञानासाठी वापरली जाते. हेच 'तीर्थ' आपल्याला ऐहिक जगाच्या पाशांतून आध्यात्मिक जगाच्या स्वातंत्र्याकडे घेऊन जाते. ज्याला हे 'तीर्थ' गवसते तो खरा तीर्थंकर किंवा जिन बनतो. ऋषभ हे या युगातील पहिले तीर्थंकर होते म्हणून त्यांस आदिनाथ म्हणूनही ओळखलं जातं. युगं अनंत आहेत आणि प्रत्येक युगात २४ तीर्थंकर असतात अशी जैनांची श्रद्धा आहे.

मूर्तीवर एक छत असून, त्यावरील संगमरवरात कल्पवृक्षाचे पान अत्यंत कलात्मकतेने कोरलेलं आहे. त्या छताखाली उभं राहून आपण काही मागितलं तर ते पूर्ण होतं अशी श्रद्धा आहे म्हणजे आमच्या टुरिस्ट गाईडने आम्हाला तसं सांगितलं. तेव्हा मागणं मागण्यासाठी उतावीळ भक्तजनांची रांगच लागली. मीही मनातल्या मनात मागणं मागत असता

एका स्त्रीला गालातल्या गालात हसून काहीतरी बोलताना ऐकलं, 'लोकांना या मागचा उपरोध कळतच नाही. वरती मनातल्या सगळ्या इच्छा पूर्ण करणारं पान आहे आणि खाली एक मुनी बसले आहेत. जे एके काळी संपूर्ण जगाचे राजे होते. आपल्या सगळ्या इच्छांपासून मुक्त झाले म्हणूनच तर त्यांनी त्यांच्या मालकीच्या सगळ्या वस्तूंचा त्याग केला.' ते ऐकून मी हळूच तिथून काढता पाय घेतला.

रणकपूर मंदिर

एका स्तंभावरील चिमुकल्या कोरीव कामाकडे बोट दाखवून टुरिस्ट गाईड काहीतरी सांगत होता ते मी ऐकलं. तो म्हणत होता, "हे भव्य मंदिर बांधणाऱ्या धरणा शाह नावाच्या माणसाची ही इथं एकमेव प्रतिमा आहे." खूप मनधरणी केल्यावर या ठिकाणी आपली प्रतिमा बसवण्यास तो तयार झाला; परंतु एका वितीहून अधिक त्या प्रतिमेची लांबी असता कामा नये आणि कुणालाही मूळ नायकाच्या प्रतिमेकडे बघताना तिच्यामुळे आडकाठी येता कामा नये, अशी त्यानं अट घातली. आजकालच्या मंदिरांचे प्रायोजक आणि आश्रयदाते असं करतात का? जैन मंदिराच्या गाभाऱ्यात बसवलेल्या पवित्र मूर्तीस मूळ नायक असं म्हटलं जातं. कारण, हिंदू मंदिरांत बहुधा देव आणि देवी असतात तसे जैन मंदिरांत तीर्थंकर असतात. जाणिवेची अत्युच्च पातळी म्हणजेच 'कैवल्य' प्राप्त झालेले मुनी म्हणजेच तीर्थंकर.

धरणा शाह नामक त्या माणसाकडे मी टक लावून पाहू लागलो. त्याचं धन आणि दूरदृष्टी यांच्यामुळे जवळ जवळ ६ शतकांपूर्वी अरवली पर्वताच्या हिरव्यागार दरीत राणकपूरचं जादुई मंदिर निर्माण झालं होतं. राजस्थानच्या पाली जिल्ह्यात उदयपूरपासून साधारण १०० कि.मी.वर हे मंदिर आहे.

माझी नजर मंदिराच्या स्तंभांकडे गेली. तिथं जवळ जवळ १,४४४ स्तंभ आहेत. त्यातला प्रत्येक स्तंभ आगळावेगळा आहे; परंतु ते मोजणं अवघड असल्याने त्यांची संख्या तेवढी आहे का याबद्दल कुणीही पक्की खात्री देऊ शकत नाही.

दंतकथा सांगते त्यानुसार 'नलिनिगुल्म विमान' (लतायुक्त मंदिर – शिखर) उभारण्याचं स्वप्न धरणा शाहने पाहिलं होतं. त्याचा शब्दशः अर्थ होतो 'दैवीजनांसाठी राखीव असा स्तंभसमूहयुक्त उडता राजवाडा.' त्यांनी वास्तुरचनाकारांना तसा उभारून द्यायला सांगितलं खरं परंतु कुणाचाच आराखडा धरणा शाहंच्या पसंतीस उतरला नाही. सरतेशेवटी देपा नावाचा एक स्वच्छंदी कारागीर एक आराखडा घेऊन पुढे आला तो आराखडा धरणांच्या पसंतीस उतरला. देपा हा फारसा लोकप्रिय वास्तुकलाकार नव्हता. त्याचं कलेवर प्रेम होतं; परंतु त्याला कुणाची चाकरी करायची नव्हती, त्यामुळे तडजोडीपेक्षा गरिबी बरी असंच त्याचं तत्त्व होतं. धरणांमध्ये त्याला आदर्श आश्रयदाता सापडला कारण त्यांच्याकडे पैसा, दृष्टी आणि श्रद्धा होती, तर देपाकडे त्या प्रकल्पासाठी लागणारं अत्युत्कृष्ट कलाकौशल्य होतं. अशा प्रकारे भारतातील एका सर्वोत्तम जैन मंदिराच्या बांधकामाला सुरुवात झाली. त्यासाठी स्थानिक राजा राणा कुंभ याने जमीन दिली, त्यामुळेच त्या मंदिराचं नाव रणकपूर मंदिर असं पडलं.

आदिनाथजी

तिथं आदिनाथांच्या चार दिशांकडे पाहणाऱ्या चार प्रतिमा आहेत. या प्रतिमा तीन मजली स्तंभयुक्त दालनात ठेवल्या असून, त्या अत्यंत उंचावर आहेत. ४८,००० चौरस फुटांच्या परिसरात पसरलेल्या या संगमरवरी शिल्पात २९ दिवाणखाने, ८० घुमट आहेत. या सर्व घुमटांवरचे ध्वज वाऱ्यावर सदैव फडफडत असतात. असं हे शिल्प एखाद्या उडत्या राजवाड्यासारखं अथवा विमानासारखं दिसतं.

भारतातील सर्व मंदिरांना 'विमान' असं संबोधलं जातं. कारण, ते स्थानिक देवदेवतांचे 'उडते रथ' आहेत असंच मानलं जातं. हिंदू, बौद्ध

आणि जैन पुराणांत या विमानांविषयी उल्लेख आहे. यातील सर्वांत लोकप्रिय विमान म्हणजे लंकेचा राजा रावण याचं पुष्पक विमान.

त्रिकालज्ञानी जिन (तीर्थंकर) हे देव, मानव, सरपटणारे प्राणी, पक्षी, पशू आणि विश्वातील सर्व जीवांना उपदेशपर प्रवचन देताना

जैन रामायणानुसार रावण जैन होता. तो शांतिनाथांची पूजा करत असे. स्वामी मुनी सुव्रत यांच्या जीवनकाळात तो होता. सीतेला पळवून नेण्याच्या अपराधाबद्दल त्यास लक्ष्मणाने मारलं (रामानं नव्हे). भावी युगातील भावी जन्मात आपल्या कार्मिक ओझ्यातून सुटका झाल्यानंतर रावण यती बनणार आहे, तो आपल्या सगळ्या इच्छांपासून विरक्त होणार आहे आणि अशा प्रकारे आपल्या आत्म्यास मुक्ती मिळवून देणार आहे. त्यानंतर तो 'सिद्ध लोक' या त्रिलोकातील अत्युच्च लोकात जाणार आहे.

मनाने जागृत होऊन विशाल बनावे आणि जिथं 'भय व अज्ञान नसेल' अशा उच्चस्थानी जावे असाही कदाचित विमान याचा अर्थ असू शकतो. ही स्थिती प्राप्त करण्याचा एक मार्ग कला आणि सौंदर्यशास्त्रातून जातो म्हणूनच तर राणकपूर मंदिरात जगाचा त्याग करणाऱ्या तपस्वींच्या प्रतिमा इतक्या सुंदर प्रकारे घडवल्या आहेत.

प्रत्येक खांबावर वनस्पती, प्राणी, शूर वीर योद्धे, सुंदरी आणि गुंतागुंतीच्या भूमितीय रचना कोरल्या आहेत. दोन स्तंभ एकमेकांसारखे नाहीत. ते अशा प्रकारे उभारले आहेत की, त्यातून सदैव प्रकाश–सावल्यांचा खेळ दिसून येतो. वारा त्यांच्यातून अशा प्रकारे वाहतो की, वाळवंटी प्रदेशात असूनही एकदा का आपण त्या मंदिरात शिरलो की आतली हवा थंड असते. तिथली 'गुंडाळी केलेल्या सर्पाची प्रतिमा' माझी आवडती आहे. त्याचं शेपूट कुठे आहे तेच आपल्याला कळत नाही. कधी कधी आश्चर्य वाटतं की, हे खरोखरच संगमरवर आहे की पाषाणात केलेली क्रोशावरची कलाकुसर आहे!

मंदिर बांधण्यास पन्नास वर्षं लागली. पंधराव्या आणि सोळाव्या शतकांत ते फारच प्रसिद्ध होतं. सतराव्या शतकात त्याचा त्याग करण्यात आला. कारण, मुघलांच्या हल्ल्यांच्या काळात स्थानिक लोक तिथून पळून गेले होते. मग तो भाग डाकूंचं आश्रयस्थान झाला. केवळ विसाव्या शतकाच्या मध्यावर या मंदिरास त्याचं गतवैभव प्राप्त करून देण्यासाठीचे प्रयत्न सुरू झाले. आनंदजी कल्याणजी ट्रस्टमुळे हे शक्य झालं म्हणून त्यांचे आभारच मानले पाहिजेत. मागील तीनशे वर्षांपासून हा ट्रस्ट जैन श्वेतांबर पंथाच्या भारतभरातील तीर्थस्थानांची देखभाल करत आहे. १९५३ साली हे मंदिर पुनश्च जनतेसाठी खुलं झालं. या मंदिर संकुलात या ट्रस्टचं एक उपहारगृह चालतं तिथे तुम्हाला फारच कमी मसाले घातलेले आणि अहिंसेच्या जैन तत्त्वज्ञानानुसार कंदमुळांचा समावेश नसलेले असे पौष्टिक अन्नपदार्थ मिळतात.

या युगातील २४ तीर्थंकरांपैकी एक

आपण अगोदर बघितल्यानुसार तीर्थंकर बनलेले पहिले राजे आदिनाथ होते. त्यांनी शेतीची ओळख करून देऊन संस्कृतीची मुहूर्तमेढ रोवली. त्यांचा जन्म अयोध्येत झाला होता. कैलास पर्वताच्या शिखरावर त्यांनी मोक्ष मिळवला. त्यांचा पुत्र भरत एवढा महान होता की, त्याच्या नावावरून

भारत देशाचे नाव 'भारत' असं झालं. त्यांची कन्या ब्राह्मी हिनं जगाला ब्राह्मी लिपी प्रदान केली. त्यांची दुसरी मुलगी सुंदरी हिनं जगाला गणिताची देणगी दिली. आदिनाथ मंदिर हे त्यांच्या गौरवाला अगदी साजेसंच आहे.

७

श्रवणबेळगोळ :
बाहुबलीचा हत्ती

कर्नाटकात बेंगळुरूपासून १५० कि.मी. अंतरावर हसन जिल्ह्यात श्रवणबेळगोळ हे स्थान आहे. तिथं एक 'बिळी गोळा' (पांढरे तळे) नामक तळं आहे. तळ्यामुळे त्या गावाला हे नाव मिळालं आहे तसंच तिथं चंद्रगिरी आणि विंध्यगिरी नावाचे दोन खडकाळ डोंगर आहेत. त्यांचा संबंध पुरातन मौर्य साम्राज्याचा संस्थापक चंद्रगुप्त याच्याशी आहे.

धूर्त चाणक्यांनी सैन्य उभारून नंद राजाला पदच्युत करण्यास आणि मौर्य साम्राज्य स्थापन करण्यास चंद्रगुप्ताला मदत केली. पाटलीपुत्र त्याची राजधानी होती. अलेक्झांडरच्या ग्रीक सैन्याला रोखण्याचं कार्य त्यानं केलं ही गोष्ट बहुतेकांना माहिती असते; परंतु चंद्रगुप्ताचे आध्यात्मिक गुरू भद्रबाहू नामक जैन श्रमण होते हे त्यांना माहिती नसतं. एकदा महाभयंकर दुष्काळ पडला, तेव्हा चंद्रगुप्ताचं लक्ष ऐहिक गोष्टींवरून उडालं. मग आपला पुत्र बिंदुसार यास सिंहासन देऊन तो जैन श्रमण बनला आणि दक्षिणेस आला. तिथं कर्नाटकातल्या खडकाळ डोंगरांजवळ त्यानं वास्तव्य केलं म्हणूनच त्यातल्या एका टेकडीला त्याच्या पश्चात चंद्रगिरी असं नाव प्राप्त झालं.

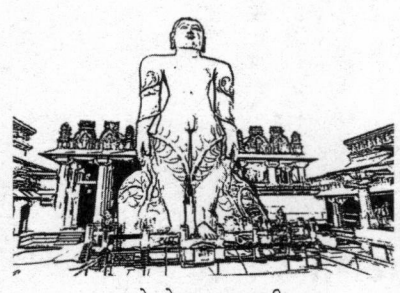

गोमटेश्वर बाहुबली

या ठिकाणी भद्रबाहूने आणि नंतर चंद्रगुप्ताने 'सल्लेखाना' (जीवनाचा अंतकाळ जवळ आल्यावर विधीपूर्वक केलेला अन्नत्याग) केला होता आणि अशा प्रकारे स्वेच्छेने मर्त्य शरीराचा त्याग केला होता. जैन धर्मातील त्यागाची ती परिसीमा मानली जाते. हे सगळं २३०० वर्षांपूर्वी घडून गेलं, त्यामुळे चंद्रगिरी पर्वतावर भद्रबाहूंना समर्पित एक गुहा आहे आणि मौर्य सम्राटाच्या स्मृतिप्रीत्यर्थ एक बसदी (जैन मंदिर) आहे. त्याशिवाय वेगवेगळ्या जैन तीर्थंकरांच्या स्मृतिप्रीत्यर्थ बरीच देवळंही तिथं आहेत. त्यांच्या रक्षणार्थ यक्ष-यक्षिणींच्या प्रतिमाही उभारल्या आहेत.

विंध्यगिरी या विरुद्ध बाजूच्या टेकडीवर उघड्यावर उभी अशी जगातली सर्वांत उंच म्हणजे ५७ फूट उंच अशी बाहुबलीची मूर्ती आहे. दर बारा वर्षांनी या मूर्तीस दुधाने आणि सुगंधी जलाने स्नान घातलं जातं. हजार वर्षांपूर्वी चामुंडराय याने आपल्या मातेच्या सांगण्यावरून ही मूर्ती उभारली. हा चामुंडराय गंगेच्या पश्चिम प्रदेशाचा लष्करी सेनापती होता आणि तो राष्ट्रकुट घराण्याचा सरंजामदार होता. गंगा घराण्याची सत्ता तिथे स्थापन करण्यात त्यानं महत्त्वाची भूमिका बजावली होती. मध्ययुगीन कर्नाटकाच्या इतिहासात त्याला महत्त्वाचं स्थान आहे, तसंच तो वाङ्मयाचा आश्रयदाता म्हणूनही प्रसिद्ध आहे. त्यानं अगदी प्रारंभीच्या कन्नड भाषेत काही लेखनही केलं होतं.

'१००० वर्षांपूर्वी' याचा अर्थ काय होतो हे लक्षात घेणं गरजेचं आहे. याचा अर्थ तो असा काळ होता जेव्हा भारतातील प्रादेशिक भाषा आणि लिपी नुकत्याच उदय पावत होत्या. इस्लामनं भारतातील जीवनावर प्रभाव पाडलेला नव्हता. आद्य शंकराचार्यांनी वेदान्तावरील भाष्य लिहिलं होतं; परंतु रामानुजाचार्य किंवा मध्वाचार्य यांचं लेखन अद्यापि लिहून व्हायचं होतं. तमिळ आळवार आणि नयनार काव्य नुकतंच रचलं जात होतं. भक्ती चळवळ नुकतीच कुठे रुजू लागली होती आणि बहुतेक दक्षिण भारत जैन आणि बौद्ध तत्त्वांच्या प्रभावाखाली होता.

याच काळात बाहुबलीची कथा प्रसिद्ध पावली होती. त्याची कथा संस्कृत आणि कन्नड अशा दोन्ही भाषांत लिहिलेली आपल्याला पाहायला मिळते. जैन पुराणांनुसार 'विश्वाला आरंभ नाही आणि अंतही नाही.' भाग्य (उत्सर्पिणी) आणि दुर्भाग्य (अवसर्पिणी) यांच्या लाटांतून या विश्वाचा प्रवास चालू असतो. प्रत्येक लाटेत २४ महान तीर्थंकर आणि १२ चक्रवर्ती राजे निर्माण होत असतात. ऋषभनाथ हे सध्याच्या लाटेतील पहिले तीर्थंकर होऊन गेले. ते महान राजे होते, त्यांना शंभर पुत्र होते. ऐहिक जगापासून निवृत्ती घेण्यापूर्वी त्यांनी या पुत्रांना शंभर राज्ये दिली, तर आपल्या दोन कन्या ब्राह्मी आणि सुंदरी यांना त्यांनी लेखनकला आणि मोजण्याची कला (अंकगणित) दिली.

त्यांचे सर्वांत ज्येष्ठ पुत्र भरत याच्या नशिबात चक्रवर्तीपदाचा योग लिहिला होता. चक्रवर्ती म्हणजे संपूर्ण जगाचा राजा. याचा अर्थ त्याच्या भावांना त्याची सत्ता मान्य करणं भाग होतं; परंतु त्यांनी तसं केलं नाही. बाहुबली हा भाऊ वगळता अन्य सर्व भावांनी आपापल्या राज्यांचाच त्याग केला आणि ते श्रमण बनले, त्यामुळे मग भरताने बाहुबलीविरुद्ध युद्ध पुकारलं. अनावश्यक रक्तपात टाळण्यासाठी या दोन भावांनी द्वंद्वयुद्ध खेळावं आणि आपल्यातील मतभेद सोडवावेत असं ठरवण्यात आलं (आजच्या युद्धखोर राजकारण्यांनी या मार्गाचा नक्कीच विचार करायला हवा). द्वंद्वयुद्धात बाहुबली विजयी झाला. तो भरताला आपली मूठ वळवून ठोसा मारणारच होता; परंतु त्याच क्षणी त्याने आत्मजागृतीचा एक क्षण अनुभवला. 'आपण आपल्याच मोठ्या भावाला कसं मारू शकतो? आणि का मारायचं?' म्हणून त्यानंही जगाचा त्याग करायचा आणि आपल्या अन्य भावांसारखं श्रमण बनायचं असं ठरवलं; पण मग त्याला मठात आपल्या बाकीच्या धाकट्या बंधूंपुढे झुकावं लागलं असतं. कारण, ते त्याच्या अगोदर श्रमण झाल्यामुळे त्याच्यापेक्षा अनुभवाने ज्येष्ठ बनले होते. त्याला तर कुणाहीपुढे झुकायचं नव्हतं. त्याला सगळ्या जगाचाच त्याग करायचा होता; परंतु ज्या भूमीवर तो उभा होता तिचा त्याग तो कसा करणार होता? ती जमीन तर आता भरताच्या मालकीची झाली होती.

भरताला मारण्यासाठी बाहुबलीने आपला हात उंचावला खरा; परंतु प्रत्यक्षात त्याला मारण्याऐवजी त्याने त्याच हाताने आपले केस उपटले. अशा प्रकारे त्याने संपूर्ण जगाला जाहीर केलं की, मी माझा मुकुट आणि

राज्य यांचा त्याग केलेला आहे. मग तो एकाच जागी ताठ उभा राहिला, तिथून हललाच नाही. उभं राहण्यापुरता आवश्यक असलेल्या जागेव्यतिरिक्त आणखी जागा घेण्यास त्यानं नकार दिला. डोळे मिटून तो तपश्चर्येत मग्न झाला. त्याची वस्त्रे जमिनीवर गळून पडली; परंतु त्यानं नेत्र उघडले नाहीत. मुंग्या आणि सरपटणारे प्राणी त्याच्या देहावर चढले; पण त्यानं नेत्र उघडले नाहीत. त्याच्या पायांभोवती वेली वाढल्या तरीही त्यानं नेत्र उघडले नाहीत.

त्याच्या या महान साधुत्वामुळे सगळे जण आश्चर्यचकित झाले. भरत आणि अन्य भावांसह सगळ्यांनी त्याला वंदन केलं. सरतेशेवटी बहिणीही आल्या. त्यांना जाणवलं की, तपश्चर्या आणि मनोनिग्रह यांच्यामुळे बाहुबलीला प्रचंड ज्ञान मिळालं आहे. प्रत्यक्ष साक्षात्कारापासून तो केवळ एक पाऊल दूर आहे, तेव्हा त्या त्याला म्हणाल्या, ''हत्तीवरून खाली उतर.'' त्यांचे शब्द ऐकून शेवटचा अडथळाही नाहीसा झाला. कारण, बाहुबलीला जाणीव झाली की, आत्मज्ञानी साधुत्वाच्या राज्यात प्रवेश करण्यास अहंकारच आपल्याला रोखतो आहे. राजा म्हणून भरताला वंदन करण्यास याच अहंकाराने आपल्याला अडवलं होतं. भिक्षू झालेल्या अन्य भावांनाही वंदन करण्यास याच अहंकाराने आपल्याला अडवलं होतं. बहिणींच्या सांगण्यानुसार बाहुबलीने अहंकाराचा त्याग केला आणि तो जैनांमधील अत्यंत आदरणीय मुनी बनला. पायांभोवती वेली वाढलेल्या स्थितीतील त्याची मूर्ती ही, आपल्याला या पृथ्वीला बांधून ठेवणाऱ्या आणि उत्थानापासून रोखणाऱ्या बेड्यांचंच प्रतिनिधित्व करते.

८

बोधगया :
आत्मजागृतीच्या बोधिवृक्षाखाली

तुम्ही बोधिरक्षिताबद्दल कधी ऐकलंय का? भारतीय इतिहासात नोंद झालेला तो पहिला यात्रेकरू होता. ज्या बोधिवृक्षाखाली (पिंपळ वृक्षाखाली) बुद्धाला साक्षात्कार झाला, तो बोधिवृक्ष पाहण्यासाठी ख्रिस्तपूर्व पहिल्या शतकात तो श्रीलंकेहून बिहारमध्ये बोधगयेला आला होता, असं स्थानिक शिलालेखांवरून दिसून येतं. सध्याच्या पाटणा शहरापासून बोधगया १०० कि.मी.वर आहे. अर्थात या भेटीत त्याने १८० फूट उंचीचे पिरॅमिडसारखे महाबोधी मंदिर पाहिलं नसणार. या ठिकाणी बुद्ध, बोधिसत्त्व यांच्या मूर्ती आहेत. त्याचबरोबर यमांतक, वज्रवराही यांच्यासारख्या उग्र देवतांच्याही मूर्ती आहेत. नंतरच्या काळातील महायान आणि तांत्रिक बौद्ध पंथांत त्यांचा समावेश होता. हे विटांचे बांधकाम त्याच्या भेटीनंतर ५०० वर्षांनी गुप्त काळात बांधण्यात आलं.

आज आपण 'बौद्ध पर्यटक प्रवास यात्रे'चा भाग म्हणून बोधगयेला जातो, तेव्हा तिथं चीन, जपान, कोरिया, थायलंड, युरोप आणि अमेरिका येथील लोक बघतो. तेव्हा आपल्याला वाटतं की, हे तीर्थस्थान २५०० वर्षांपासून

असणार कारण त्याच काळात साक्य कुळातील सिद्धार्थ गौतम यास इथेच साक्षात्कार झाला होता; परंतु तसं नाही. खरं तर एकोणिसाव्या शतकाच्या प्रारंभीच्या काळात भारतातील कुणालाच बौद्ध धर्म म्हणजे काय याची कल्पना नव्हती. विशेषत्वानं सांगायचं, तर बुद्ध हा श्रीविष्णूचा अवतार होता आणि काही पुराणांत त्याचा तसा उल्लेखही केलेला होता. महाबोधी मंदिर आणि त्याभोवतीची जमीन सोळाव्या शतकापासून एका हिंदू महंताच्या ताब्यात होती.

ब्रिटिश इतिहासकार आणि उत्खनतज्ज्ञांनी बौद्धधर्माच्या पुनर्शोधात महत्त्वाची भूमिका निभावली. सर एडविन अर्नोल्ड यांनी त्यांच्या अत्यंत महत्त्वाच्या द *लाइट ऑफ एशिया* या पुस्तकात बुद्धाच्या साक्षात्काराची कथा वर्णन केली. ब्रिटिश लष्करी अधिकारी आणि उत्खननतज्ज्ञ सर अलेक्झांडर कनिंगहॅम यांनी बोधगयेतील मोडकळीस आलेल्या बांधकामांचं बौद्धस्वरूप ओळखलं. श्रीलंकेच्या अनागारिक धर्मपाल यांनी त्या स्थळास पूर्वकालीन वैभव प्राप्त करून देण्यात महत्त्वाची भूमिका बजावली. बौद्धांना त्या जागेचा ताबा मिळावा, यासाठी त्यांनी कायदेशीर प्रक्रिया सुरू केली. १९३३ साली त्यांचा मृत्यू झाला आणि १९४९ साली भारत सरकारने बोधगयेस बौद्ध मंदिर अशी मान्यता दिली. त्याचं व्यवस्थापन कुणी पाहावं याबद्दल मागील कित्येक वर्षांपासून दावे आणि प्रतिदावे करण्यात येत आहेत. काही हिंदू, हे हिंदू मंदिर आहे असा दावा करत असले तरी त्याचं व्यवस्थापन अधिक करून बौद्धांकडेच सोपवलं जात आहे. हे बौद्धधर्मीयही केवळ भारतातलेच नसून जगभरातले आहेत. आज **युनेस्कोने** बोधगयेस 'जागतिक वारशाचं स्थळ' म्हणून घोषित केलेलं आहे.

बोधगया येथील मंदिर

अडीच हजार वर्षांपूर्वी नेपाळच्या साक्य कुळातील सिद्धार्थ नावाचा एक राजकुमार कपिलवस्तू इथून या प्रदेशात आला. त्या वेळी त्या प्रदेशाचं वर्णन करताना त्यानं म्हटलं की, 'मला तिथं जंगलाचा एक देखणा पट्टा दिसला. सुंदर वृक्षराजी होती, नितळ वाहणारी नदी होती. नदीतून पलीकडे जायला उथळ पाणवाटही होती आणि काही लागलं तर जवळच एक खेडंही होतं. मी मनाशी विचार केला की, उग्र तपश्चर्या करू इच्छिणाऱ्या तरुणासाठी ही फारच चांगली

जागा आहे.' तिथं जवळच ऊरुवेला नावाचं खेडं निरंजना (फाल्गु) नदीच्या काठी होतं. नंतर या खेड्याचं नामकरण संबोधी, महाबोधी आणि सरतेशेवटी अठराव्या शतकात बोधगया असं करण्यात आलं.

या राजकुमाराने यातनाभोगांचं कारण शोधून काढण्याचा निर्धार केला होता. आत्तापर्यंत तो अगदी बंदिस्त, ऐषोरामाचं जीवन जगला होता; परंतु विवाहानंतर त्याला मृत्यू, आजार आणि वृद्धत्व या गोष्टींचा अचानक सामना करावा लागला, तेव्हा तो धक्का सहन न होऊन त्यानं आपली पत्नी आणि नवजात पुत्र यांचा त्याग केला आणि कित्येक वर्षं सत्याचा शोध घेण्यासाठी ऋषितुल्य साधूंची भेट घेत तो जंगलात वणवण भटकत राहिला. तेव्हा त्यास 'संन्यस्त गौतम' असं नाव मिळालं. साधूंनी त्याला सांगितलं की, उपवास करणे हा ज्ञानप्राप्तीचा एक मार्ग आहे म्हणून राजकुमाराने अन्नपाण्याचा त्याग केला, त्यामुळे त्याच्या अंगात चालण्याइतकीही शक्ती उरली नाही, तेव्हा सुजाता नावाच्या एका स्त्रीने त्याला थोडं दूध आणि मध दिला. मग त्याची प्रकृती सुधारली. त्यानंतर काही दिवसांनी एका पिंपळ वृक्षाखाली घोर तपश्चर्या केल्यानंतर त्याला साक्षात्कार झाला आणि तो 'बुद्ध' बनला.

साक्य कुळातील गौतमाने सर्वसंग परित्याग केला

स्थानिक लोककथा आणि महाबोधी मंदिराची वास्तुरचना यांच्या आधारावर आम्हाला सांगण्यात आलं की, साक्षात्कार झाल्यावर त्या वृक्षाखाली गौतम बुद्ध एक आठवडा बसले होते. त्यानंतर वृक्षासमोर आठवडाभर उभं राहून डोळ्यांची पापणीही न लवता त्याच्याकडे पाहत राहिले होते. त्यानंतर त्यांनी अठरा वेळा तिथं फेऱ्या मारल्या, तेव्हा वाटेत कमळफुलं फुलली होती.

मग जवळपासच्या वृक्षांखाली बसून त्यांना जेवूखाऊ घालणाऱ्या स्थानिक साधूंना, पुरोहितांना, व्यापाऱ्यांना त्यांनी आपलं मनोगत ऐकवलं. सातव्या आठवड्यात ते एका तळ्याकाठी बसले, तेव्हा झालेल्या वादळात

नागराज वासुकीने फणा उभारून त्यांचं रक्षण केलं. त्यांच्या जीवनातील या सर्व घटनांची खूण म्हणून तीर्थस्थानं उभारलेली आहेत.

खिस्तपूर्व तिसऱ्या शतकात सम्राट अशोकाने या स्थळास भेट देऊन तिथं वज्रासनाची स्थापना केली होती. बौद्ध धर्माविषयीचं त्याचं प्रेम पाहून त्याची एक पत्नी एवढी मत्सरग्रस्त झाली की, तिनं त्या पवित्र वृक्षाला विष घातलं किंवा कापून टाकलं. सुदैवाने अशोकाची कन्या संघमित्रा ही या झाडाची फांदी घेऊन श्रीलंकेला गेली होती. तिनं ते रोपटं इथे लावण्यासाठी परत पाठवलं. आज या वृक्षाभोवती खिस्तपूर्व १०० साली उभारलेलं सँडस्टोनचं कुंपण असून त्यावर सूर्य, लक्ष्मी यांच्या प्रतिमा आहेत, तसंच सेंटॉर म्हणजे अर्ध शरीर मानवाचं आणि अर्ध अश्वाचं असलेले प्राणी आणि उडते घोडे यांच्याही प्रतिमा आहेत, त्यामुळे तिथे ग्रीक संस्कृतीचा प्रभाव पडलेला जाणवतो. तसंच तिथं इ.स. ३०० सालचं ग्रॅनाइटचं कुंपणही आहे. त्यावर गरुड आणि कमळपुष्पांच्या प्रतिमा आढळतात. हे मंदिर साधारण १५०० वर्षांपूर्वी बांधलं गेलं असून, स्थानिक राजांनी त्याचं वेळोवेळी नूतनीकरण केलं होतं. त्या नूतनीकरण करणाऱ्यांत एका ब्रह्मदेशीय राजाचाही समावेश होता. त्यानं एकोणिसाव्या शतकात नूतनीकरण केलं, त्यानंतर ब्रिटिश आर्किओलॉजीकडे ते काम देण्यात आलं. थायलंडच्या राजाने दिलेल्या उदार देणगीमुळे आता मंदिराच्या वरच्या भागास सोन्याचा मुलामा देण्यात आला आहे.

भूमीस स्पर्श करताना बुद्ध: त्यांना आत्मसाक्षात्कार झाला, तेव्हा तीच तर साक्षीदार होती.

कित्येक शतकांपासून स्थानिक भिक्षूगण तसंच ज्या ठिकाणी बौद्ध धर्माचा प्रसार झाला होता असे श्रीलंका, तिबेट, कझाकिस्तान, कंबोडिया, व्हिएतनाम आणि चीन येथील राजघराण्यातील लोक बोधगयेला भेट देण्यासाठी येत असतात. या देशांत ठेवलेल्या त्या काळातील नोंदींवरून लक्षात येतं की, या मंदिरात एकेकाळी बुद्धाची कोरीव मूर्ती होती आणि तिचं मूळ बुद्धाशी खूप साम्य होतं (सध्या बोधगयेत ठेवलेली मूर्ती इ.स. दहाव्या

शतकातली असून, ती तिथं अलेक्झांडर कनिंगहॅम यांनी ठेवली आहे. या स्थळाचं पुनरुज्जीवन करण्यात त्यांनी महत्त्वाची भूमिका निभावली होती. त्यांना ही मूर्ती तिथल्या उद्ध्वस्त अवशेषांत मिळाली). श्रीलंकेच्या राजांनी यात्रेकरू–निवासासाठी इथं एक मठ इ.स. चौथ्या शतकात बांधला होता; परंतु तेराव्या शतकात मुस्लीम लुटारूंनी या स्थानाचं पावित्र्य भंग केलं आणि बंगालच्या पाला राजांनी त्याचं पुनरुज्जीवन करण्याचा वारंवार प्रयत्न करूनही शेवटी ते स्थान विस्मृतीच्या पडद्याआड गेलं.

परंतु बुद्धच म्हणाले होते की, या जगात शाश्वत असं काहीच नसतं. तरीही आता या पुरातन जीवन विचाराच्या स्मृतीस तिचं माजी वैभव पुन्हा एकदा बहाल करण्यात आलं आहे.

३

पौराणिक युग
(१५०० वर्षांपासून)

प्रत्येक वस्तीला एक देव होता. हा देव त्यांचा संरक्षणकर्ता होता, पालनकर्ताही होता. सुरक्षितता-समृद्धीच्या इच्छेच्या पलीकडे जाण्याबद्दल संन्यासी आणि भिक्षू बोलायचे; परंतु ब्राह्मण त्याविरुद्ध युक्तिवाद करायचे. आपल्या जीवनाला अर्थ हवा, आपल्याला धनसंपत्ती आणि सामाजिक प्रतिष्ठा, सत्ता आणि सुख हवे आणि ही ऐहिक गरज आध्यात्मिक इच्छा पूर्ण करण्याअगोदर भागवायला हवी हे त्यांनी जाणलं होतं, त्यामुळेच बौद्ध आणि जैन मंडळी संन्यासी बनलेल्या राजांच्या कहाण्या सांगत होते, तेव्हा हिंदू हे राजेलोकांनी अधिक चांगला राजा बनावं यासाठी धर्मशास्त्र, अर्थशास्त्र, कामशास्त्र आणि मोक्षशास्त्र यांबद्दल सांगत होते.

आकाशातील इंद्राचे गुरू बृहस्पती होते आणि पृथ्वीखालच्या पाताळलोकातील असुरांचे गुरू शुक्राचार्य होते, त्याचप्रमाणे भारतातील राजांनी खेडी निर्माण करण्यात, राज्यात धर्मसंस्था उभारण्यात आणि त्या धर्मानुसार लोकांचं वर्तन घडावं, यासाठी ब्राह्मणांची मदत घेतली. मंदिर हे या राज-मंडलाचे केंद्र होते. त्या स्थानी स्थानिक दैवतास एक तर मनात भय उत्पन्न करणाऱ्या देवीच्या रूपात पाहिलं जायचं, धीरगंभीर शिवाच्या रूपात पाहिलं जायचं अथवा लाघवी विष्णुरूपात पाहिलं जायचं. राजे हे केवळ त्या दैवी रूपाचा प्रतिनिधी असायचे. ते यायचे-जायचे परंतु मंदिर तसंच राहायचं म्हणूनच हिंदू भारतातील मंदिरं हीच केवळ पाषाणापासून बनलेली असायची. राजांचे राजवाडे लाकडाचे बनायचे.

प्रत्येक मंदिराची एक कथा होती. ते दैवी शक्तीचे स्थान का बनलं त्याचं स्पष्टीकरण त्या कथेतून मिळत असे. अशा प्रकारे प्रत्येक मंदिर हे तीर्थक्षेत्र बनलं. *अग्नी पुराणात* आणि *गरुड पुराणात* आपल्याला तीर्थक्षेत्रांची नवी यादी मिळते. गंगेजवळील मैदानी प्रदेशात यादीतल्या तीर्थक्षेत्रांची दाटीवाटी तशीच राहिलेली असली तरी भारतीय द्वीपकल्पाबद्दलची जागृतीसुद्धा अधिकाधिक दिसून येते. त्यावरून दक्षिण दिशेने समुद्र किनाऱ्यांचा आणि नद्यांच्या खोऱ्यांतून यात्रेकरूंच्या मार्गांचा प्रसार झालेला दिसून येतो. कलिंगांचे पुरुषोत्तम क्षेत्र, द्रविडांचे कांची आणि मदुराई आणि गोदावरीच्या मुखाजवळील नाशिक ही ती क्षेत्रे होत. आम्ही सरस्वती, गंगा, नर्मदा आणि गोदावरी यांच्या मैदानी प्रदेशांतून इथे कसे आलो, हे दक्षिण दिशेस येणारे ब्राह्मण, पुरोहित सांगू लागले. ते अगस्त्य मुनींबद्दलही सांगू लागले. हेच अगस्त्य मुनी खांद्यावरील झोळीतून पर्वत आणि कमंडलूमधून नद्या घेऊन दक्षिणेस आले होते आणि तिथे त्यांनी दक्षिण काशी आणि दक्षिण गंगेची स्थापना केली होती.

९

मदुराई :
देवीसाठी पतिदेव

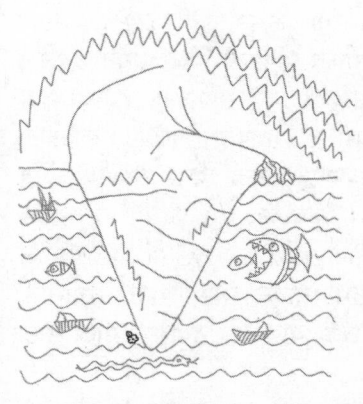

आपण सर्वांनी उत्तर भारतातील राजपुत्र राम याची कथा ऐकलेली असते. हाच राम पळवून नेलेल्या पत्नीस शोधायला भारताच्या दक्षिण टोकास गेला होता; परंतु दक्षिणेतील मदुराई येथून उत्तरेस कैलास पर्वताकडे स्वतःसाठी पती शोधायला निघालेल्या राणीची कथा तुम्ही या आधी कधी ऐकली होती का? या राजकुमारीचं नाव होतं तदात गै, अधिक प्रचलित नाव होतं मीनाक्षी म्हणजेच माशासारख्या कमनीय नेत्रांची.

मदुराईचा पांड्य राजा विनापत्य होता. देवांच्या कृपाप्रसादाने त्याला कन्यारत्न प्राप्त झालं. ही कन्या होमातून बाहेर आली. तिला तीन स्तन होते. त्या वेळेस असं भविष्य वर्तवण्यात आलं की, तिचा पती होण्यास लायक पुरुष भेटेल तेव्हा तो जास्तीचा स्तन गळून जाईल. राजकन्येला शोभेशा कलांमध्ये आणि शास्त्रांमध्ये ती निपुण बनली. पित्यानंतर राजेपद हाती आलं तेव्हा तिनं जग जिंकून घ्यायचं ठरवलं. मग ती उत्तरेस गेली. वाटेतल्या सगळ्या राजांना तिनं नमवलंच शिवाय देवांना आणि शिवशंकराच्या गणांना (सेवकांना) तसंच नंदीलाही (वाहनाला) तिनं नमवलं. सरतेशेवटी एका

तरुण यतीमध्ये तिला तिच्या तोडीस तोड पुरुष मिळाला. तो यती साक्षात शिवशंकरच होता. जेव्हा त्यांची नजरानजर झाली, तेव्हा मीनाक्षीला जाणीव झाली की, आपण पूर्वजन्मी पार्वती होतो. मग तिचा जास्तीचा स्तन गळून गेला आणि मग ती त्या साधुरूपातील देवाला म्हणजेच सुंदरेश्वराला मदुराई या तिच्या नगरात तिचा पती आणि सहचर म्हणून घेऊन गेली.

मदुराई मीनाक्षी मंदिराचे गोपुर

मदुराईचे मीनाक्षी मंदिर हे तमिळनाडूतील भव्य मंदिरांपैकी एक असून ते चौदा एकरांवर वसलेलं आहे. त्यास एकूण चौदा गोपुरे असून त्यांपैकी दक्षिणेचे गोपुर सर्वांत उंच आहे. या मंदिरातील मार्गिका भव्य आणि रंगीबेरंगी असून पूर्वी त्यातील एका मार्गिकेत पोपटांचे पिंजरे रांगेत ठेवलेले असायचे. या पोपटांना देवीचं नाव दिवसभर मंत्रपठणासारखं म्हणायला पढवण्यात आलं होतं. सध्याचं मंदिर ५०० वर्षांहून जुनं असून ते नायक राजांनी बांधलं होतं. या घराण्यातील राजानं मदुराईच्या लोकांना केवळ मूठभर तांदूळ कारागीरांना देण्यासाठी म्हणून मागितले होते. अशा प्रकारे त्यांच्या या महान देवीच्या मंदिरासाठी तिथल्या प्रत्येकानेच योगदान दिलं होतं.

मंदिरातील कथेनुसार जुन्या मंदिरावर ७०० वर्षांपूर्वी मलिक कफूर नामक एका मुस्लीम राजाने हल्ला करून ते लुटलं. या जुन्या मंदिराचे संदर्भ सुंदरार या कवीने १२०० वर्षांपूर्वी लिहिलेल्या कवितांमध्ये मिळतात. चंद्रगुप्त मौर्य काळापासून तिथं जैन-श्रमण परंपरा भरभराटीस आल्या असल्या तरी या सुमारास शिवपूजेच्या स्वीकारामुळे त्या हळूहळू झाकोळू लागल्या होत्या. मदुराई याच नगरीत संगम या नावाने ओळखला जाणारा तमिळ कवींचा अत्यंत प्राचीन मेळावा भरत असे. 'संगम' साहित्य २००० वर्षं जुने आहे असे इतिहासकार म्हणत असले तरी ते त्याहून जुने असावे असा कयास व्यक्त केला जातो. तमिळ श्रेष्ठत्ववाद्यांच्या मते तर मदुराई ही नगरी सुगंधी कदंबारण्यात बांधली गेली आणि कुमारी कंदम (कल्पान्तवादी

पाश्चात्त्यांच्या दृष्टीने लेमुरिया) या नावाने ओळखलं जाणारं एक पुरातन खंड शेवटच्या हिमयुगात पाण्याखाली गेलं, त्या खंडावरील वाचलेल्या लोकांनी ही नगरी बांधली होती.

मंदिरातील मार्गिकांत आणि मनोऱ्यांत ३३,०००हून अधिक मूर्ती असल्याचा अंदाज आहे. त्यातली प्रत्येक मूर्ती कोणती तरी कथा सांगते. त्यातील काही कहाण्या पुराणातल्या आहेत तर काही स्थानिक आहेत. उदाहरणार्थ, शिवाने स्थानिक कोल्ह्यांचं रूपांतर घोड्यांत कसं केलं? उसाच्या मोहाने दगडी हत्ती जिवंत कसा झाला? देवदेवता, याली म्हणजे हत्तीचे मस्तक असलेल्या सिंहासह सर्व प्रकारच्या दंतकथांतले पशू आणि अगदी सर्वसामान्य माणसांच्या म्हणजे योद्धे, नर्तिका, संगीतकार, कलावंत आणि आदिवासीजन यांच्या भव्य प्रतिमा या मंदिरात रांगेने उभ्या आहेत. नजरेत पटकन भरणाऱ्या प्रतिमांपैकी एक प्रतिमा आहे ती एका स्त्रैण पुरुषाची आणि दुसरी आहे पुरुषी वेश धारण करून दाढी लावलेल्या एका स्त्रीची. त्यावरून तिथे अत्यंत समृद्ध, उदारमतवादी आणि कलासक्त संस्कृती नांदत होती हे दिसून येतं. त्याशिवाय तिथं एक हजार स्तंभांचा दिवाणखानाही आहे, तिथले पाषाणाचे स्तंभ 'संगीता'साठी सुप्रसिद्ध आहेत.

मीनाक्षी अम्मा

मीनाक्षीच्या मुख्य मूर्तीच्या हातात पोपट दिसतो. पोपट हे कामदेवाचं प्रतीक आहे. त्याशिवाय तिच्या कंबरपट्ट्याला एक छोटीशी कट्यारही लावलेली दिसते. तीच येथील राणी आहे, याचं स्मरण त्यातून ती सर्वांना करून देत असते. मंदिराच्या भिंतींवर तिच्या लग्नाचं वर्णन करणारं चित्र आहे. तिच्या हातात तिचा 'वर' स्वतःचा हात देतो असं त्या चित्रात दाखवलं आहे हे नोंद घेण्यासारखंच आहे. पारंपरिक लग्नात वराच्या हातात वधू आपला हात देते. शिवाचं स्थान मीनाक्षीपासून दूर आणि लहान आहे. आठ मोठ्या हत्तींनी त्याला उचलून धरलेलं आहे. त्यातून पर्जन्यदेव इंद्र याच्याप्रती भक्ती दिसून येते.

मीनाक्षीचा सोमसुंदराशी विवाह

चितिराईच्या (तमिळ कॅलेंडरचा पहिला महिना - हा एप्रिलमध्ये येतो) महिन्यात मीनाक्षी आणि सुंदरेश्वराचा विवाहसोहळा जवळ जवळ महिनाभर चालतो. तमिळ मंदिर-कथेनुसार मीनाक्षीचा थोरला बंधू विष्णू उर्फ अलगार हा वैगई नदीपलीकडील मंदिरातून घोड्यावर बसून या सोहळ्यासाठी यायला निघाला होता; परंतु त्याला यायला खूपच विलंब होऊ लागला, त्यामुळे तो वैतागून माघारी फिरला. त्याला शांत करण्यासाठी मीनाक्षी आणि तिचा पती त्याला नदीच्या मध्यावरच भेटले. त्यानं आणलेल्या भेटीही त्यांनी स्वीकारल्या; परंतु त्यानं मदुराई नगरीत प्रवेश करण्यास ठाम नकार दिला. यातून शैव आणि वैष्णव यांच्यातील स्थानिक शत्रुत्वाचं उदाहरण दिसून येतं.

मंदिराच्या कल्पनातीत वैभवाशी संबंधित कहाण्या बऱ्याच आहेत. देवीचं नीलमण्याचं पदक इंग्लंडची राणी व्हिक्टोरियास दाखवण्यासाठी पाठवलं होतं. ते नंतर परत करण्यात आलं. आणखी एक तशीच कथा म्हणजे 'रोझ पीटर' नावाच्या एका इंग्रज गृहस्थाने एकोणिसाव्या शतकात कृतज्ञता म्हणून देवीला दागिने वाहिले होते. कारण, एका इमारतीवर वीज कोसळली असता तो देवीकृपेने त्यातून वाचला होता. 'या मंदिराकडे तोंड करून माझं दफन व्हावं' अशीही इच्छा त्यानं व्यक्त केली होती. मंदिराच्या वस्तुसंग्रहालयात नाणी गुंफून ठेवली आहेत. त्यामध्ये समुद्री व्यापाऱ्यांनी आणलेली पुरातन रोममधली नाणी आहेत, त्याचबरोबर ईस्ट इंडिया कंपनीनं टाकसाळीत पाडलेली नाणीही आहेत.

रोज रात्री शिवाच्या उत्सवमूर्तीला पालखीत बसवून देवी-राज्ञीच्या अंतःपुरापर्यंत वरात काढली जाते. तिचे पुजारी त्याचं फुलं उधळून स्वागत करतात. नंतर मीनाक्षीच्या उत्सवमूर्तीजवळच्या झोपाळ्यावर त्याला ठेवलं जातं. भिंतींवर आरसे जडवलेलं हे खास दालन सुगंधी जाईजुईच्या फुलांनी

भरून गेलेलं असतं. आपल्या राज्याची दिवसभर काळजी वाहिल्यानंतर ती आपल्या प्रियतमाचे लाड करत संपूर्ण रात्र व्यतीत करते. अशा प्रकारे हिंदू परंपरेत गृहस्थाच्या स्थानाचं मूल्य संन्याशाच्या स्थानापेक्षा अधिक आहे हीच बाब अधोरेखित होते.

१०

पुरी : गृहस्थाश्रमी देव

मी माझ्या मित्रांना सांगत होतो की, हे मंदिर कृष्णाचं आहे, तेव्हा ते ऐकून तिथल्या पुजाऱ्यांनी (स्थानिक भाषेत पंड्यांनी) कपाळाला आठ्या पाडल्या. ते मला म्हणाले, ''साहेब, कृष्ण हा अवतार होता तर आमचा जगन्नाथ हा 'अवतारी' आहे.'' अवतार याचा अर्थ, दैवी शाश्वतरूपाने मानवी 'मर्त्य' रूप धारण करून या पृथ्वीवर निवास करणे तर अवतारी याचा अर्थ, स्वर्गातून साक्षात देवानेच पृथ्वीवर येणे. त्यांच्या त्या एका वाक्याने मला आठवलं की, ओडिशातील पुरी येथील बहुतेक धार्मिक रितीरिवाज वैष्णव असले, तेथील दैवताचा कृष्णाशी संबंध असला तरी तिथं त्याला जगन्नाथ म्हटलं जातं, त्यामागे काहीतरी कारण आहे.

होय, बहुतेक लोकांच्या दृष्टीने ते भारतातलं कृष्णाचं एकमेव असं मंदिर आहे, जिथं कृष्णासह त्याची भावंडे म्हणजे थोरला भाऊ बलराम आणि धाकटी बहीण सुभद्रा यांचीही पूजा केली जाते; परंतु स्थानिक लोकांसाठी तिथं स्थापित देवाची ओळख विष्णू म्हणजेच जगाचा पोषणकर्ता अशीही आहे म्हणूनच तिथं त्यास अनंत वासुदेव (अनंततत्त्वाचे मूर्तस्वरूप) या नावानेही ओळखले जाते. त्याची सखी राधा किंवा रुक्मिणी नसते तर

लक्ष्मीच असते. त्याच वेळेस पुजारी तुम्हाला हेही सांगतात की, वेगवेगळे लोक या देवाकडे वेगवेगळ्या रूपांत पाहतात : शाक्तांच्या दृष्टीने ही त्रिमूर्ती म्हणजे तारा या देवतेची वेगवेगळी रूपं आहेत, शैवांच्या दृष्टीने ती भैरवाची रूपे आहेत तर बौद्धांना त्यांच्या संकल्पना मूर्तीरूपात साकारल्यासारखे वाटते आणि जैनांना त्यातून जैन धर्माचे सार दिसून येते.

एका स्थानिक दुकानदाराकडे मात्र अगदी वेगळंच स्पष्टीकरण होतं. तो मला म्हणाला, ''साहेब, यातील कृष्णवर्णी मूर्ती 'विष्णू' आहे, गौरवर्णी 'शिव' आहे आणि हळदीचा लेप लावलेली 'शक्ती' देवी आहे. विष्णूच्या बाजूला जो 'सुदर्शन दंड' उभा आहे तो ब्रह्मा आहे. अशा प्रकारे त्यात पुराणात उल्लेखलेली हिंदू त्रिमूर्ती उभी आहे. तसंच एका विद्वानाने असंही आग्रही प्रतिपादन केलंय की, ऋग्वेदात पाण्यावर तरंगणाऱ्या लाकडी ओंडक्याचा उल्लेख आहे (संस्कृतात लाकडास 'दारु' असंही म्हटलं जातं. उदाहरणार्थ, देवदारु किंवा देवदाराचा वृक्ष). तो तरंगत्या लाकडाचा संदर्भ दर बारा वर्षांनी देवाची मूर्ती बनवण्यास वापरल्या जाणाऱ्या लाकडासंबंधीचा आहे, असं त्यांचं म्हणणं आहे.

जगन्नाथ मंदिर

या मंदिरातील देवता 'मर्त्य' समजली जाते, हेच तिचं वैशिष्ट्य आहे. पारंपरिक चांद्रमास पंचागानुसार, दर बारा वर्षांनी म्हणजे जेव्हा उन्हाळ्याचे २ महिने जास्त असतात, तेव्हा देव पुन्हा जन्म घेतो म्हणूनच त्याच्या मूर्तीसाठी कडुनिंबाची खास वेगळी झाडं निवडली जातात आणि त्यांच्यापासून या त्रिमूर्तीच्या नवीन प्रतिमा एका किचकट आणि गुप्त विधीनुसार कोरून काढल्या जातात. त्यातून जुन्या प्रतिमेतून नव्या प्रतिमेत देवाची 'प्राणप्रतिष्ठा' केली जाते. मंदिरातील मूर्तींना ऋतुंनुसार वस्त्रे घातली जातात म्हणजे हिवाळ्यात लोकरीची, उन्हाळ्यात हलकी सुती अशी ती असतात. प्रत्येक सण देव साजरा करतो, तेव्हा त्याला नाट्यमंडपात संगीत-नृत्याची करमणूक खूप

पसंत असते. मंदिराच्या एका बाजूला खूप मोठा मुदपाकखाना आहे, तिथं रोज वाफेवर निवडक पक्वान्ने शिजवली जातात. भोग मंडप या नावाने ओळखल्या जाणाऱ्या दालनात हा नैवेद्य देवाला अर्पण केला जातो आणि सरतेशेवटी 'आनंद बाजार' या नावाने ओळखल्या जाणाऱ्या बाजारात भक्तांना तो विकत दिला जातो. जो देव अन्न खातो तो देव दर वर्षी उन्हाळ्यात आजारीही पडतो आणि तोच देव सरतेशेवटी मरतोदेखील. अशा प्रकारे धार्मिक विधींमधून आपल्याला आठवण करून दिली जाते की, जग हे क्षणभंगुर आणि चक्रात्मक आहे.

बलभद्र, सुभद्रा आणि जगन्नाथ

ऐहिक जगावर दिलेला भर हे मंदिराचं लक्षवेधी वैशिष्ट्य आहे. हा देव जलयात्रेस आणि रथयात्रेस जातो (दर वर्षी ती सुप्रसिद्ध रथयात्रा निघते). पत्नीशी भांडतो आणि तिला भेटवस्तू देऊन लाडीगोडीही लावतो, तसंच आणखी एका विधीत तो त्याच्या मातापित्यांचे म्हणजे वामनरूपातील कश्यप-अदिती यांचे, राम रूपातील दशरथ-कौसल्या यांचे तसंच कृष्णरूपातील देवकी-वसुदेव आणि यशोदा-नंद यांचे श्राद्ध घालतो. त्याला वाहिलेली फुलं त्याच्या विस्तारित कुटुंबातील विविध देवतांत वाटली जातात. त्यांचीही या भव्य मंदिर संकुलात छोटी छोटी मंदिरं आहेत. मंदिराच्या भिंतींवर नर्तिका आणि वादकांच्या, योद्धे आणि पुरोहितांच्या, देव आणि अप्सरांच्या, सर्प आणि असुरांच्या मूर्ती कोरलेल्या आहेत, त्यामुळे ज्या जगाचा हा जगन्नाथ स्वामी आहे, त्या जगाचं आपल्याला स्मरण होतं.

अशी कथा आहे की, कृष्ण निजधामास गेला तेव्हा त्याच्या मर्त्य देहाचा अंत्यसंस्कार भारताच्या पश्चिम किनाऱ्यावरील प्रभास क्षेत्री करण्यात

आला; परंतु अग्नी त्या देहाला जाळू शकला नाही, त्यामुळे ती अवशेषरूपी प्रतिमा समुद्रात वाहण्यात आली. वाहत वाहत ती पूर्व किनारपट्टीस लागली तिथे ओडिशातील 'सावरा' नामक आदिवासी समाजास ती सापडली. त्यांनी त्या अवशेषरूपी प्रतिमेची कित्येक पिढ्या पूजा केली.

इंद्रद्युम्न नावाच्या राजाला ही माहिती कळली तेव्हा त्याला ती प्रतिमा आपल्या ताब्यात घेण्याची इच्छा झाली म्हणून त्यानं आपला मंत्री विद्यापती यास ती आणण्यासाठी पाठवलं; परंतु सावरांनी तर प्रतिमा गुप्त ठिकाणी ठेवली होती. सरतेशेवटी विद्यापतीने सावरांच्या राजाच्या कन्येशी विवाह केला आणि हुंडा म्हणून प्रतिमेचं दर्शन मागितलं. त्याच्या डोळ्यांवर पट्टी बांधून त्यास दर्शनास नेण्यात आलं, तेव्हा तो वाटेतल्या जंगलात मोहरीचे दाणे टाकत गेला. पाऊस पडल्यावर ते दाणे रुजले, त्यास फुलं आली त्यामुळे त्या देवस्थानापर्यंत जाण्याच्या मार्गाची ती खूणच बनली; परंतु जेव्हा इंद्रद्युम्न सैन्य घेऊन जबरदस्तीने प्रतिमा नेण्यास आला तेव्हा प्रतिमाच अदृश्य झाली. सरतेशेवटी राजाने क्षमा मागितली, तेव्हा त्याला सांगण्यात आलं की, जगन्नाथ एका लाकडी ओंडक्याच्या रूपात प्रकट होतील आणि स्वर्गातील दैवी कारागीराच्या हातून त्यांची प्रतिमा कोरली जाईल. परिणामतः या देवता पूर्ण कोरल्या गेल्याच नाहीत. त्या सध्याच्याच स्वरूपात राहिल्या.

जगन्नाथाला पापण्या नाहीत, हात–पाय नाहीत. तरीही त्याच्या चेहऱ्यावर सदैव हास्य असते, कदाचित तो आपल्याला मानवी अवस्थेची अपूर्णताच दाखवून देतो. आपल्यापैकी प्रत्येकालाच आजार, रोग आणि मृत्यू यांना तोंड द्यावं लागतं. जबाबदाऱ्यांचं ओझं वाहावं लागतं. ऋतुचक्राचा अनुभव घ्यावा लागतो. मात्र एवढं सगळं असूनही आपण उत्तम अन्न, उत्तम वस्त्रे, उत्तम संगीत आणि उत्तम नृत्य यांच्या रूपांत जीवनाचा आनंदही घेऊ शकतो. खरोखरच हा देव संसारी–ऐहिक देव आहे. जगावर राज्य करणारा 'जगन्नाथ' आहे.

११

कोल्हापूर : राजाची देवी

एके दिवशी भृगु ऋषींनी वैकुंठास भेट दिली, तेव्हा त्यांना दिसलं की, भगवान विष्णू आपल्या पत्नीच्या सहवासात एवढे दंग आहेत की, त्यांचे आपल्याकडे लक्षही गेलेलं नाही. ते एवढे संतापले की, त्यांनी विष्णूंच्या छातीवर लाथेने प्रहार केला. त्यांना शांत करण्यासाठी म्हणून विष्णूंनी त्यांची क्षमा मागितली; परंतु पतीच्या हातून काहीही चूक झालेली नसताना त्यानं क्षमा मागावी हे लक्ष्मीला मुळीच आवडलं नाही. त्याच्या गुळमुळीतपणाचा निषेध म्हणून ती वैकुंठ सोडून पृथ्वीवर आली. तिला महाराष्ट्रातील करवीरपुरात (सध्या कोल्हापूर म्हणून ओळखल्या जाणाऱ्या नगरात) आश्रय मिळाला. तिनं स्थानिकांना वचन दिलं की, त्यांनी तिची पूजा केली तर त्यांच्या जीवनात समृद्धी येईल. विष्णू आपल्या पत्नीपाठोपाठ पृथ्वीवर आला; परंतु तिने त्याच्यासोबत वैकुंठास परत जाण्यास नकार दिला, तेव्हापासून तो दक्षिणेच्या तिरुपती डोंगरावर तिचं मन बदलण्याची वाट पाहत तिष्ठत उभा आहे. ही कथा आंध्र प्रदेशातील लोकप्रिय वैष्णव देवस्थान

आणि महाराष्ट्रातील शाक्त देवस्थान यांना एकमेकांशी जोडते; परंतु त्यातील तुलनात्मक वास्तव अधिक गुंतागुंतीचे असून, त्यात इतिहास आणि रहस्यमयता यांचे अनेक थर आहेत.

महालक्ष्मी मंदिर

महालक्ष्मी या शब्दातून संपत्तीची हिंदू देवता लक्ष्मी हिच्या प्रतिमेची आठवण येते. धीरोदात्तपणे कमळावर बसलेली, क्षीरसागरातून बाहेर येणारी, धान्य आणि सोन्याची नाणी ओसंडून वाहणारा कलश हाती घेतलेली अशी ती लक्ष्मी असते. तिच्या दोन्ही बाजूंना शुभ्र धवल हत्ती सोंड उंचावून जलवर्षाव करत असतात; परंतु कोल्हापूर येथील देवी तर खूपच वेगळी दिसते. स्थानिक लोक तिला अंबाबाई किंवा आई अशी साद घालतात. तिचं रूप आणि पूजाविधी तर दुर्गेला साजेसे आहेत आणि दुर्गा ही तर युद्धाची देवी आहे, राजेमहाराजांची आश्रयदात्री आहे.

मंदिरातील देवी ही संपत्तीची चंचल देवता लक्ष्मी आहे की मनात भय निर्माण करणारी सत्तेची देवता दुर्गा आहे हे माहिती करून घेण्यासाठी या देवतेचे वाहन म्हणून कुठल्या पवित्र प्राण्यास निवडलं आहे हे पाहावं लागतं. सहसा हे वाहन पवित्र गाभाऱ्याच्या पुढ्यात उभं केलेलं असतं. तो हत्ती असेल तर ती लक्ष्मी असते. तो सिंह असेल तर ती दुर्गा असते. कोल्हापुरातील महालक्ष्मी मंदिरात सिंह आहे (मुंबईच्या महालक्ष्मी मंदिरातही तसंच आहे). याचाच अर्थ ती सत्ता, युद्ध आणि राजांशी संबंधित देवता आहे.

दर वर्षी नवरात्री आणि दसरा सोहळ्याचा भाग म्हणून स्थानिक, लढाऊ मराठा घराण्यांत देवीला संतुष्ट करण्यासाठी बोकडाचा बळी देण्याची प्रथा आहे. कारण, देवी अत्यंत जहाल आणि उग्र आहे असं मानलं जातं; परंतु नीट लक्ष देऊन पाहिलं तर हा बळी महालक्ष्मीला नव्हे तर लढाऊ देवता भवानीला वाहिला जातो. तिने धारण केलेल्या अजस्त्र गदा, ढाल,

पात्र आणि लिंबू या चिन्हांमुळे तिचं रूप महालक्ष्मीपेक्षा वेगळं दिसतं. कारण, ही चिन्हं महालक्ष्मीशी जोडलेली नाहीत. बहुतेक मंदिरांतील दैवतं पूर्वाभिमुख असतात तर कोल्हापूरची देवी पश्चिमाभिमुख आहे. पश्चिम दिशा ही लक्ष्मीपिता समुद्राचा देव वरुण याची आहे. वर्षातून दोनदा - मार्च आणि सप्टेंबरमध्ये तीन दिवस मावळत्या सूर्याची किरणे खिडकीतून देवीवर पडतात, तेव्हा मराठी पद्धतीने साजशृंगारित देवीला पाहण्यासाठी भक्तजन पुष्कळ गर्दी करतात. तिच्या नाकात चंद्रकोरीसारखी नथ असते ते पाहून आपल्या लक्षात येतं की, ही देवी लढाऊ असली तरी ती पत्नी आणि म्हणूनच माताही आहे.

लक्ष्मी की दुर्गा? विष्णूची की शिवाची सहचरी? की पूर्ण स्वतंत्र शक्तिस्वरूप? तिला शाकाहारी नैवेद्य द्यायचा की रक्तबळी चढवायचा? व्यवहारातील 'जिताजागता' हिंदूधर्म सर्व सैद्धान्तिक परिसीमा ओलांडून पुढे जातो.

कोल्हापूरच्या मंदिराच्या पुरातन भिंतींवरील कोरीव काम निरखून पाहिलं असता गोष्टी अधिकच गोंधळात टाकणाऱ्या वाटतात. तिथं जैन श्रमणांच्या प्रतिमा आहेत. इतिहासकार सांगतात की, या प्रदेशावर हजार वर्षांपूर्वी राज्य करणारे शिलाहार घराण्यातील राजे जैन होते आणि ते त्या देवीकडे 'पद्मावती' या संरक्षक देवीच्या रूपात पाहत होते. पद्मावती ही तीर्थंकरांचं रक्षण करणारी यक्षिणी या रूपातली देवी आहे. ती अनेक फण्यांच्या नागावर कोल्हापूरच्या महालक्ष्मीसारखीच बसलेली असते. पद्मावती याचा अर्थ 'कमलासनावर स्थित अशी देवी.' हिंदू देवता लक्ष्मी हिचंही नाव तेच आहे.

त्यामुळे साहजिकच जेव्हा हिंदू राजांनी जैन राजांची जागा घेतली, तेव्हा जैन देवी हिंदू देवी बनली. अजूनही ती संरक्षक देवताच होती; परंतु तिचं नातं आता तीर्थंकरांच्याऐवजी विष्णूशी जोडलं गेलं.

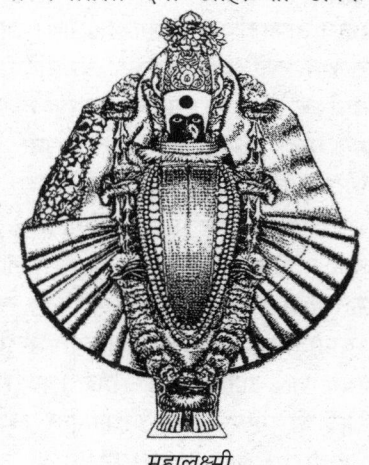

महालक्ष्मी

या पूर्वी या देवतेला कधी बोकडाचा बळी देण्यात आला होता का? असा एखादा काळ होता का जेव्हा या देवीचं नाव कुठल्याही पुरुष देवाशी जोडण्यात आलं नव्हतं? या प्रश्नांची उत्तरं कुणीही देऊ शकत नाही. कारण, या स्थळाचा इतिहास १२०० वर्षांच्याही आधीचा असून त्यात अनेक वेळा भूकंप झाले आणि आक्रमणेही झाली. लेखी नोंदी तर जवळ जवळ नाहीतच. खरं सांगायचं तर आजच्या घडीला सगळी उत्तरं शाकाहार आणि पितृसत्ता यांच्याशी संबंधित सद्यःकालीन राजकारणात फसलेली आहेत.

पारंपरिकदृष्ट्या पाहता, भारतातील प्रत्येक खेड्यात ग्रामदेव आणि ग्रामदेवता असतेच. पितृसत्ताक पूर्वग्रह मनात बाळगून बरेच विद्वान गृहीत धरतात की, पुरुष देव हा संरक्षक देव असून देवी ही सुपीक अन्नदात्री आहे; परंतु कोल्हापूरच्या महालक्ष्मी मंदिरातील प्रतिमांचा अर्थ लावताना तसं दिसून येत नाही. या ठिकाणी देवी एकाच वेळेस पोषणकर्ती आहे (हातात फळ आणि पात्र आहे) आणि संरक्षणकर्तीही (हातात गदा आणि ढाल आहे) आहे.

सिंहांवर स्वार होणाऱ्या आणि राजांना युद्धांत पाठिंबा देणाऱ्या युद्धदेवता केवळ हिंदू पुराणांतच आढळत नाहीत तर खूप दूरच्या अशा मेसोपोटेमिया पुराणांतही आढळून येतात. तिथे इश्तारसारख्या देवता लढवय्या राजांना पाठिंबा देतात किंवा त्यांच्याशी युद्ध करतात. सिंहावर स्वार झालेल्या देवीच्या सर्वांत प्राचीन प्रतिमा दक्षिण आशियात जिथं सापडल्या ते प्रदेश आज अफगाणिस्तान आणि इराण म्हणून ओळखले जातात. कुशाण राजांची संरक्षक देवी 'नाना' हिच्या त्या प्रतिमा आहेत असं म्हटलं जातं. दोन हजार वर्षांपूर्वी कुशाण साम्राज्य मथुरेपर्यंत पसरलं होतं आणि काही विद्वानांच्या मते सिंहावर स्वार देवीची संकल्पना त्यांनीच भारतात आणली; परंतु कट्टर हिंदुत्ववादी हे मत नाकारतात.

कोल्हापूरचं महालक्ष्मी मंदिर हे महाराष्ट्राच्या उस्मानाबाद जिल्ह्यातील तुळजा भवानी मंदिराशी जोडलं गेलं आहे. दंतकथेनुसार इसवी सनाच्या सतराव्या शतकात दुर्गेच्या स्थानिक स्वरूपातली भवानीमाता शिवरायांच्या स्वप्नात आली, तिनं त्यांच्या हाती तलवार दिली आणि मोगलांच्या सामर्थ्यास आव्हान देऊन हिंदवी स्वराज्य स्थापण्याची प्रेरणा दिली. छत्रपती शिवाजी महाराजांच्या निधनानंतर त्यांचे दोन पुत्र संभाजी आणि राजाराम यांच्यात वारसा हक्कावरून वाद निर्माण झाला, त्यामुळे भोसल्यांच्या

राजघराण्याच्या दोन शाखा झाल्या. त्यातली एक सातारा येथे आहे, त्यांची कुलदेवता तुळजाभवानी आहे, तर दुसरी शाखा कोल्हापूरला असून त्यांनी अठराव्या शतकात महालक्ष्मी मंदिराची पुनर्स्थापना केली (त्या मंदिरातील प्रतिमा मोगल आक्रमकांपासून संरक्षण करण्यासाठी म्हणून लपवून ठेवण्यात आली होती). भारतीय लोककथांतून स्पष्ट होतं की, सिंहावर बसलेल्या देवीच्या कृपाप्रसादाशिवाय कुणीही राजा बनू शकत नाही.

१२

सिंहाचलम् :
डोंगरावरील सिंह

हिंदू धर्माच्या स्त्रैण चिन्हांवर ब्रिटिशांनी गवगवा केल्याने कट्टर हिंदुत्ववादी भडकले. हिंदू धर्माचा मर्दपणा सिद्ध करण्याचा त्यांनी जणू चंगच बांधला. ब्रिटिश आणि कट्टर हिंदू या दोघांच्या दृष्टीने मर्दपणा हा हिंसक आक्रमकतेशी जोडला गेला होता, तर स्त्रैणपणा शांततावादाशी जोडला गेला होता किंवा मग स्वतः काहीही न करता परहस्ते आक्रमकता दर्शवण्याशी जोडलेला होता.

परंतु हिंदू पुराणात अशी दुहेरी विभागणी नाही. हिंसा-आक्रमकता तसेच अहिंसा-शांततावाद हे पुरुष आणि स्त्री या दोन्ही दैवी स्वरूपांत दिसू शकत होते. वेगवेगळ्या कल्पनांना देव समूर्त करू शकतो हे विष्णूच्या अवतारांतून स्पष्ट झालं होतं म्हणजे माशाची असाहाय्यता, कासवाची चिकाटी इथपासून ते संकटात सापडलेल्यांना सोडवणारी वराहाची आणि नरसिंहाची हिंसक, प्रतिकारात्मक आक्रमकता त्यातून दिसते. तसंच वामनरूपातील बटूचा दुसऱ्याला स्वतःच्या मनासारखं करायला लावण्याचा स्वभाव, परशुराम रूपातला संतापाचा उद्रेक, रामरूपात राजाची सत्यनिष्ठा, कृष्णरूपातल्या लाघवी गोपालकाची धूर्तता त्यातून दिसते. त्याचप्रमाणे

बुद्धाची विरक्ती आणि कलंकीची आक्रमणास प्रत्युत्तर म्हणून केलेली हिंसा अशी रूपे त्यात आहेत.

सरळमार्गी राम आणि लाघवी कृष्ण हे या सर्व अवतारांतील अत्यंत लोकप्रिय अवतार होत, त्यामुळेच विष्णूच्या एका कमी लोकप्रिय अवताराची पूजा आंध्रमधील विशाखापट्टणम् या बंदर-शहराजवळच्या एका टेकडीवर होते, तेव्हा ती बाब एकमेवाद्वितीय म्हणावी लागते. कारण, ती पूजा असते विष्णुच्या मर्दानी-आक्रमक अवतारांपैकी दोन संयुक्त अवतारांची म्हणजेच वराहावताराची आणि नरसिंहाची.

'वराह-लक्ष्मी नरसिंह स्वामी' असं नाव असलेल्या या दैवताबाबतीत वेगळं काय असेल, तर मूर्तीला दोन हात आहेत. बहुतेक हिंदू दैवतांना चार अथवा त्याहून अधिक हात असतात तसे हे नाहीत. हा देव त्रिभंगी स्थितीत म्हणजे नितंब आणि कमरेशी नर्तकासारखा वाकलेला आहे, त्यामुळे त्यातून स्त्रीत्वाची ऊर्जा जाणवते. मूर्तीचं मस्तक सिंहापेक्षा वराहासारखंच दिसतं त्यामुळे मूर्तीला तसं नाव पडलं आहे. आपण देवस्थानाला भेट देतो, तेव्हा चंदनाच्या लेपाखाली पूर्ण बुडून गेलेली देवमूर्ती दिसतच नाही. वर्षातून एकदाच फक्त बारा तासांसाठी चंदनी लेप काढून टाकला जातो, तेव्हा हजारो लोकांची गर्दी तिथे जमते. या रक्तपिपासू-ग्रस्त उग्र देवाला शांत करण्यासाठी म्हणून चंदनी लेपाचा वापर होत असतो. एरवी शांत आणि 'स्त्रैण'च म्हणता येईल अशा विष्णूच्या अवताराने व्यक्त केलेली ही तशी दुर्मीळच भावना म्हणावी लागेल.

सिंहाचलम् मंदिर

या मंदिराची कथा वैकुंठाचे दोन द्वारपाल जय आणि विजय यांच्यापासून सुरू होते. एकदा भगवान विष्णू निद्रावस्थेत असताना या जय-विजयांनी सनत्कुमारांना वैकुंठलोकात प्रवेश नाकारला, त्यामुळे 'तुम्ही पृथ्वीवर असुर रूपात जन्म घ्याल,' असा शाप

त्यांनी जय-विजयांना दिला. तेव्हा हिरण्याक्ष आणि हिरण्यकश्यपू या दोन बंधूंच्या रूपात ते पृथ्वीवर जन्मले. त्यांनी ठरवलं की, 'जगात दहशत माजवणे' हाच विष्णूच्या हातून आपलं जीवन संपवण्याचा सगळ्यात जलद मार्ग ठरेल म्हणून हिरण्याक्षाने भूदेवीला (पृथ्वीदेवीला) समुद्राखाली ओढून नेलं तर हिरण्यकश्यपूने पुत्र विष्णुभक्त प्रल्हादाचा छळ आरंभला.

भूदेवी आणि प्रल्हादाच्या आर्त किंकाळ्या त्रिभुवनात दुमदुमल्या. भगवान विष्णू गाढ निद्रेतून जागे झाले. एका जंगली वराहाच्या रूपात त्यांनी सागरात मुसंडी मारली आणि आपल्या शक्तिशाली सुळ्यांनी हिरण्याक्षास भोसकलं, त्यानंतर मोठ्या प्रेमाने भूदेवीला आपल्या नाकावर बसवून पाण्यावर आणलं.

हिरण्यकश्यपूस ठार मारताना नरसिंह

हिरण्यकश्यपूला ठार मारणं अधिक कठीण होतं. कारण, त्यानं एक विलक्षण वर मागून घेतला होता. त्या वरानुसार त्याला घराच्या आत किंवा बाहेर, दिवसा किंवा रात्री, मानवाच्या हातून किंवा पशूच्या हातून, वर किंवा खाली, कुठल्याही साधनाने किंवा हत्याराने तसंच गर्भज किंवा अंडज प्राण्याद्वारे मरण येणार नव्हतं म्हणून मग खांबातून बाहेर पडलेले विष्णू अर्धमानव–अर्धपशू–रूपात होते. त्यांनी हिरण्यकश्यपूला धरून घराच्या उंबऱ्यापाशी नेलं (घरात नाही आणि घराबाहेरही नाही). त्याला आपल्या मांडीवर ठेवलं (वरही नाही आणि खालीही नाही). त्या वेळेस संध्यासमय होता (दिवसही नाही आणि रात्रही नाही) आणि त्याचं पोट आपल्या नख्यांनी (साधन नाही की हत्यार नाही) फाडून काढलं.

वराहाची कथा निष्ठुर शक्तीबद्दल सांगत असली तर नरसिंहाची कथा युक्तीबद्दल सांगते. दोन्ही कहाण्या विपरीत भक्तीबद्दल सांगतात, ज्यात तिरस्कार हे प्रेमाचं विकृत रूप असतं; परंतु स्थानिक कथांत असुराचा वध झाल्यावर कथा संपत नाही. संतापलेला नरसिंह धोकादायक होता. केवळ

लक्ष्मी जवळ असेल तरच तो शांत होऊ शकत होता म्हणूनच लोक लक्ष्मी–नरसिंहाची पूजा करतात, एकट्या नरसिंहाची करत नाहीत. मात्र नरसिंह एकटा असतो, तेव्हा तो योग–नरसिंह याच आसनात असला पाहिजे. बाजूला देवी नसलेल्या उग्र नरसिंहाची सेवा केवळ ब्रह्मचारी पुजाऱ्यांनीच करायची असा शिरस्ता आहे.

मध्य युगातील शैव–वैष्णव पंथांतील द्वंद्वाने कथेला वेगळंच वळण दिलं. रक्तपिपासू वृत्तीचं वेड लागलेल्या नरसिंहास ताळ्यावर आणण्यासाठी शिवशंकराने आठ पायांच्या, सर्पासारख्या शेपटीच्या एका मार्जारकुलिन पशूचं रूप घेतलं. त्याचं नाव होतं शरभ. त्यानंतर या शरभास वठणीवर आणण्यासाठी विष्णूला गंधभेरुंड या दोन मस्तकांच्या अजस्र पक्ष्याचं रूप घ्यावं लागलं होतं.

सृष्टीच्या इतिहासाचे अभ्यासक माहिती देतात की, श्रीलंका बेटावर किंवा आग्नेय आशियात अन्यत्र कुठंही सिंह कधीही जंगली अवस्थेत भटकत नव्हते, तरीही आपण सिंहल (सिंहाची माणसे) अथवा सिंगापूर (सिंहनगरी) अशी नावं ऐकतो. शक्यता अशी आहे की, भारताच्या पूर्व किनाऱ्यावरून तिथे सिंह या संकल्पनेचा प्रसार झाला असावा म्हणजे ओडिशा, आंध्र प्रदेश आणि तमिळनाडू येथील पुरातन बंदरांतून व्यापारी जहाजं या भागांत ये–जा करत होती. तिथले गंगा आणि चोला घराण्याचे राजे नरसिंहाची पूजा करायचे. उदाहरणार्थ, पुरीच्या जगन्नाथ संकुलातील सर्वांत जुनं मंदिर नरसिंहाचं आहे. तथापि, नरसिंहाची सर्व मंदिरं काही समुद्रकिनाऱ्यावरच नाहीत. आंध्र प्रदेशच्या कुर्नुल जिल्ह्यातील अहोबिलम येथे किनाऱ्यापासून दूरवर नऊ नरसिंह मंदिरांचे एक संकुल आहे. त्यातले प्रत्येक मंदिर एका टेकडीच्या माथ्यावर वसलेले आहे

लक्ष्मीसह नरसिंह

म्हणजे ज्या भूमीवरील हिंदू राजांनी नरसिंहाची पूजा नाकारली, त्यांनीच वराहपूजाही नाकारली आणि भक्तीसाठी अधिक सुलभ असे राम आणि कृष्ण असे अवतार स्वीकारले तिथंही ही मंदिरं आहेतच.

विसाव्या शतकात अशोकाचे सिंहस्तंभ भारताचे बोधचिन्ह म्हणून वापरले गेले, यात कसलाही योगायोग नाही. तसंच एकविसाव्या शतकातील 'मेक इन इंडिया' या संकल्पनेचं प्रतीकही 'सिंह'च आहे. प्रत्यक्षात बाया किंवा सुगरण या पक्ष्यासारखं घरटं वगैरे काहीसुद्धा सिंह उभारत नाहीत.

पृथ्वीला वर आणणारा वराहावतार

पुरातन काळापासूनच सिंहांनी सार्वभौमत्व आणि राजेशाहीचे अधिकार यांना समूर्त केलं आहे. बुद्ध आणि तीर्थंकर महावीर यांच्या आध्यात्मिक विजयास व्यक्त करण्यासाठी भिक्षू-श्रमण व्यवस्थांनीदेखील सिंहाचं प्रतीक वापरलं आहे. आपण अजिंक्य आहोत असं गृहीत धरणाऱ्या राजांसाठी राजवाड्याच्या खांबातून नरसिंहाची कथा म्हणजे पुराणातून मिळालेला इशाराच आहे - तो म्हणजे अत्यंत चलाख राजालाही देव चलाखीने चितपट करू शकतो.

१३

तिरुपती : कर्जबाजारी देवाबरोबर खेळलेलं द्यूत

तिरुपती हे एका तीर्थस्थळाचं नाव आहे, तसंच ते तिथं वास करणाऱ्या देवाचंही नाव आहे. समृद्धी, वैपुल्य आणि शुभ या अर्थाने संस्कृतमध्ये 'श्री' शब्द वापरला जातो. त्याच अर्थाने तमिळमध्ये 'थिरु' किंवा 'तिरु' शब्द वापरतात. ऋग्वेदात 'श्री' नामक देवता आहे तिलाच पुराणात 'लक्ष्मी' असं संबोधलं जातं, त्यामुळे 'तिरुपती' किंवा 'श्रीपती' हाच 'लक्ष्मीपती' विष्णू समजला जातो. विष्णू त्याच्या 'वैकुंठ' या अलौकिक स्थानातून खाली आला आणि त्यानं आंध्र प्रदेशच्या चित्तुर जिल्ह्यातील 'शेषाचलम्' नामक सात टेकड्यांच्या रांगांतील सातव्या टेकडीवर वस्ती केली. या सातव्या टेकडीस 'वेंकटाचलम्' नाव आहे, त्यामुळे तिथे राहणाऱ्या विष्णूस 'वेंकटेश्वर' असंही म्हटलं जातं, तिरुपतीचं मंदिर हे सातव्या टेकडीच्या प्रवेशद्वाराशी वसलं आहे.

मंदिर–कथांनुसार विष्णूने पृथ्वीवर अगणित वर्षांपूर्वी आगमन केलं असलं तरी ऐतिहासिकदृष्ट्या हे मंदिर इसवी सनाच्या तिसऱ्या शतकात बांधलेलं आहे. त्याला दक्षिण भारतातील पल्लव, चोला, पांड्य, विजयनगर

अशा बहुतेक मोठ्या राजांचा आणि नंतर मराठ्यांचा आश्रय मिळाला. 'वैखानस' या कट्टर वैष्णव धर्मशाखेचे ब्राह्मण मंदिराचं व्यवस्थापन करतात. मंदिराभोवतीचे तांब्याचे आणि पाषाणाचे शीलालेख हे तमिळ, तेलगू आणि कन्नडमध्ये आहेत. महान अन्नामाचार्यांसह अनेक संतकवींनी रचलेली स्तवनंही त्यात समाविष्ट आहेत.

विष्णू वैकुंठ सोडून आला कसा? तर तो त्याची प्रियतमा लक्ष्मी हिच्या मागोमाग आला होता. दोघांत मतभेद झाल्याने रागावून ती वैकुंठ सोडून निघाली होती. त्याचं असं झालं की, भृगु ऋषींनी विष्णूच्या हृदयस्थानी उजव्या बाजूस लाथ मारली. ते स्थान त्याच्या प्रिय लक्ष्मीचं आहे, असं विष्णूचं म्हणणं होतं; परंतु भृगुंना शिक्षा करण्याऐवजी विष्णू त्यांच्या पाया पडले आणि भृगु ऋषींच्या अपेक्षेनुसार त्यांचं स्वागत आपण वैकुंठात करू शकलो नाही म्हणून त्यांची क्षमा मागितली. त्या वेळी विष्णूच्या विनम्रतेमुळे भृगु संतुष्ट झाले असले तरी लक्ष्मी मात्र रुष्ट झाली म्हणून ती वैकुंठ सोडून निघाली आणि तिने करवीरपूर (महाराष्ट्रातील कोल्हापूर) येथे वास्तव्य केलं. तिथं विष्णूनं तिला शोधून काढलं खरं; परंतु संतप्त लक्ष्मीने परतण्यास नकार दिला.

लक्ष्मीचा राग शांत होईपर्यंत पृथ्वीवरच राहण्याचा निर्णय विष्णूंनी घेतला, तेव्हा त्यांनी शेषाचलमच्या सात टेकड्यांचा परिसर राहण्यासाठी निवडला. कारण, त्या टेकड्या पाहून त्यांना 'अधिशेष' या दैवी सर्पाच्या फण्याची आठवण होत होती. त्या सर्पाच्या वेटोळ्यावरच तर विष्णूंना विसावायला आवडत होतं. पृथ्वीवर तिथं राहण्याची परवानगी त्यांनी त्यांच्याच वराह नावाच्या आणखी एका अवताराकडून घेतली. हा वराह भूदेवीचा (पृथ्वीदेवतेचा) पती होता.

तिरुपती बालाजी मंदिर

कथेनुसार विष्णूंनी या सप्तटेकड्यांवर आश्रय घेतला, तेव्हा त्यांच्याकडे खायलाही काही नव्हतं म्हणून ब्रह्माने आणि शिवाने ठरवलं की, आपण अनुक्रमे वासरू आणि गायीचं रूप घ्यायचं. त्यायोगे आपण विष्णूला दूध देऊ शकू. त्यानंतर एक गाय वाळवीच्या वारुळावर दुधाची धार सोडताना एका गुराख्याला दिसली. दूध वाया जाताना पाहून संतप्त गुराख्याने गायीला काठीने मारलं, तेव्हा जखमी गायीच्या रक्ताचे थेंब विष्णूंच्या अंगावर पडले. ते वाळवीच्या वारुळाखाली बसून तपश्चर्या करत होते. विष्णूंनी गुराख्याची आणि त्याच्या मालकाची म्हणजेच स्थानिक राजाची चांगलीच खरडपट्टी काढली तेव्हा त्या राजाने विष्णूंची क्षमा मागितली.

तिरुपती बालाजी

या कथेच्या काही आवृत्त्यांत म्हटलंय की, राजाने विष्णूंवर आरोप केला की तू घुसखोर आणि चोर आहेस. इथं राहायचं असल्यास माझ्या 'पद्मावती' नामक कन्येशी विवाह कर, तर आणखी काही आवृत्त्यांत म्हटलंय की, पद्मावती ही दुसऱ्या राजाकडून घेतलेली दत्तक कन्या होती. ती कमळफुलापासून जन्मली होती. ती लक्ष्मीसारखी दिसायची. साहजिकच विष्णू तिच्या प्रेमात पडले आणि त्यांनी तिला विवाहासाठी मागणी घातली; परंतु तिच्या पित्याने खूप मोठा हुंडा आणि अत्यंत थाटामाटाचा लग्नसोहळा हवा अशी मागणी केली. लक्ष्मीची साथ नसल्यामुळे विष्णू कंगाल होते. त्यांना लक्ष्मीचा बंधू आणि देवांचा खजिनदार कुबेर याच्याकडे मदतीची याचना करावी लागली. कुबेराने लग्नासाठी पैसे द्यायचं मान्य केलं परंतु अट घातली की, जोपर्यंत हे ऋण व्याजासह पूर्ण फिटत नाही तोवर विष्णूंनी पृथ्वीवरच राहायचं. ती अट मान्य करण्याखेरीज अन्य पर्यायच विष्णूंपुढे नव्हता. विवाह तर झाला पण बहुतेक विष्णू मंदिरांनुसार इथंही पती-पत्नींचे स्वतंत्र निवास होते. विष्णू डोंगरावर राहत होते तर राजकन्या वधू जिचं स्थानिक नाव अलामेलु मंगा, हिचं मंदिर तिरूचनूर येथे टेकडीच्या पायथ्याशी आहे.

देवाला कर्जफेडीस मदत करण्याच्या उद्देशाने देवस्थानाला भेट देणारे भक्त पुष्कळ मोठी संपत्ती तिरुपती बालाजीच्या चरणी अर्पण करतात.

त्या बदल्यात तो त्यांच्यावर कृपादृष्टी ठेवतो, त्यामुळे एकतर ते अधिक संपत्ती निर्माण करतात अथवा संपत्तीविषयीची त्यांची आसक्ती नाहीशी होते. यातील कोणती गोष्ट भक्तांना पसंत असेल, याचा तुम्हीच अंदाज बांधा... परिणामतः हे चक्र सुरूच राहतं : भक्तजन विष्णूंना संपत्ती देतात आणि विष्णू त्यांना श्रीमंत बनवतात, त्यामुळे भक्तांवर कृपा करणाऱ्या देवाला अधिक संपत्ती देण्याची भीड भक्तांवर येऊन पडते, त्यामुळेच तर तिरुपती देवस्थान अतिश्रीमंत हिंदू मंदिरांपैकी एक बनतं आणि त्याच्या अतिपवित्र गाभाऱ्याचं छत सोन्यानं पूर्णतया मढून जातं. भक्तांनी स्वेच्छेने एवढी संपत्ती देऊनही ऋण फेडायचं राहूनच जातं आणि विष्णू तसेच पृथ्वीवर अडकून पडतात.

कर्ज किंवा ऋण ही हिंदू धर्मातील महत्त्वाची संकल्पना आहे. आपले पूर्वज, निसर्ग, देव, ऋषिमुनी आणि अन्य मानवबंधूंप्रती असलेलं आपलं ऋण फेडण्यासाठी म्हणून आपला जन्म पृथ्वीवर झालेला असतो, त्यामुळे जीवन हे सतत काहीतरी 'देण्यासाठी' असतं, 'घेण्यासाठी' नसतं. दिल्यामुळे आपल्यावरील ऋण कमी होतं आणि मुक्ती मिळते, तर घेतल्यामुळे आपण या जगाशी बांधले जातो.

संपत्ती, नीटनेटकेपणा, व्यवस्थापन, लाखो भक्तांचं जीवन सुसह्य करण्यासाठी तंत्रज्ञानाचा कुशल वापर या गोष्टींकडे लक्ष जात असताना तिरुपती मंदिरातली एक प्रतिमा बऱ्याचदा नजरेआड होते. ती असते, संन्यासी हाथीराम बाबा यांच्यासोबत वेंकटेश्वर द्युत खेळतानाची प्रतिमा.

तिरुपती बालाजी द्यूत खेळताना

साधारण ४०० वर्षांपूर्वी हाथीराम बाबा तिरुमलाई येथे आले. ते देवाची पूजा करण्यात तासन्तास व्यतीत करत असत, त्यामुळे मंदिरातील पुजाऱ्यांना त्यांचा संशय येऊन त्यांनी हाथीराम बाबांना हाकलून दिलं. केव्हा तरी आपल्याला आत येऊ देतील या आशेने त्या गरीब साधूबाबांनी ठरवलं की, आपण मंदिराबाहेर एका झोपडीत राहायचं; परंतु पुजाऱ्यांनी आपला हेका सोडला नाही, तेव्हा भक्ताची कीव येऊन वेंकटेश्वराने ठरवलं की, आपणच मंदिराबाहेर यायचं आणि भक्ताला भेटायचं. ते दोघं जण द्युत खेळण्यात वेळ व्यतीत करायचे.

एके दिवशी पुजाऱ्यांच्या लक्षात आलं की, देवाच्या गळ्यातील रत्नहार गायब आहे. सैनिकांनी जवळपास शोधलं असता तो हार हाथीराम बाबांच्या झोपडीत सापडला, तेव्हा ते अगदी निरागसपणे म्हणाले की, 'माझा द्युतातील सवंगडी मागच्या वेळेस आला तेव्हा हा हार विसरुन गेलेला दिसतो.' परंतु कुणीच त्यांच्या बोलण्यावर विश्वास ठेवला नाही. त्यांना तुरुंगात टाकण्यात आलं. ते स्वतःला 'हाथी' (हत्ती) म्हणवून घेत असत, त्यामुळे सैनिकांनी त्यांच्या कोठडीत तांदळाचा ढिग आणि उसाचे भारे टाकले आणि म्हटलं की, 'तू हत्ती आहेस ना तर हे सगळं वाढलेलं रात्रीच संपवून टाक, नाहीतर उद्या सकाळी मरणाला सामोरं जा.' त्यानंतर काही तासांनी पहारेकऱ्यांना हत्तीचा जोरदार चीत्कार ऐकू आला आणि सर्व तांदूळ आणि ऊस खाऊन त्या हत्तीने तुरुंगाचं दार आतूनच मोडून टाकलं. त्यानंतर हत्ती अदृश्य झाला; परंतु सैनिकांची आणि पुजाऱ्यांची खात्रीच पटली की, तो हत्ती म्हणजे दुसरं तिसरं कुणी नसून खुद्द वेंकटेश्वर स्वतःच तिथं आपल्या मित्राला वाचवायला आले होते. त्या साधूबाबांकडे ऋणात फसलेल्या देवाला देण्यासाठी पैसे तर नव्हते; परंतु त्यानं त्याहूनही खूप अमूल्य असं देवाला देऊ केलं होतं आणि ते होतं प्रेम!

१४

उज्जैन :
काल आणि कालातीतता

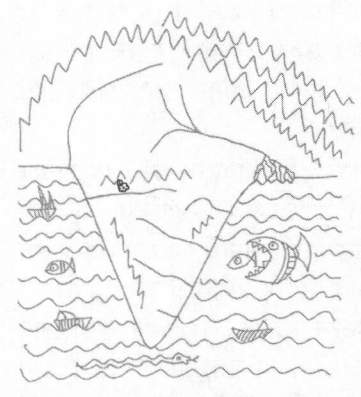

सर्वसामान्यतः हिंदू मंदिरांतील दैवतं उगवत्या सूर्याकडे तोंड करून असतात. तथापि, उज्जैनस्थित दैवत म्हणजेच शंकर (स्थानिक स्तरावर महाकालेश्वर) दक्षिणमुखी आहे. हिंदू पुराणांनुसार दक्षिण ही तर मृत्यूची दिशा आहे. या दिशेस 'वैतरणी' नदी वाहते, त्या नदीच्या पलीकडे पितृलोक वसलेला आहे. या मंदिरातील शिव त्या पूर्वजांकडे पाहतो आणि त्यांना आणखी एका जीवनाची आशा देतो. कारण, तोच स्वतः काळाचा देव 'महाकाल' आहे, मृत्यूलाही जिंकणारा मृत्युंजय आहे.

हिंदू धर्मात मृत्यूवर दोन प्रकारे विजय मिळवता येतो – अमरत्व प्राप्त करून अथवा पुनर्जन्म घेऊन. रक्तामांसाच्या अनेक पुनर्जन्मांचा आनंद लुटल्यानंतर आपल्याला अमर्त्य आत्म्याचा शोध लागतो, तेव्हा कुठे आपल्याला मोक्ष मिळतो. शैव प्रतिमांतून अमर्त्य, चिरंतनत्व प्रतीत होतं. शिवलिंगावर पडणारी संततधारा ही जणू कालनदीत सातत्याने होणाऱ्या मृत्यूचं आणि नव्या रक्तमांसयुक्त जन्माचं प्रतिनिधित्वच करत असते.

महाकालेश्वर मंदिर

वेदान्ताचे आठव्या शतकातील अभ्यासक विद्वान आद्य शंकराचार्य यांनी स्थापन केलेल्या बारा ज्योतिर्लिंगांपैकी हे एक उज्जैनचं महाकालेश्वराचं मंदिर आहे असं म्हणतात. या सगळ्या तीर्थस्थानांवर शिवशंकर अग्निस्तंभाच्या स्वरूपातील स्वयंभू लिंग म्हणून अवतीर्ण झाले. मानवी हातांनी उभारलेल्या 'स्थापित लिंगां'पेक्षा ही मंदिरे वेगळी गणली जातात; पण महाकालेश्वर हे उज्जैनीतील एकमेव शिवमंदिर नाही तिथं जवळच कालभैरव मंदिरही आहे. खरं तर या शहरात एकूण ८४ शिवमंदिरं आहेत शिवाय देवीचं हरसिद्धी महाकाली मंदिर नामक एक शक्तिपीठही आहे. त्यातून त्या पीठाचं शैव पंथाशी असलेलं जवळचं नातं दिसून येतं.

एके काळी उज्जैन नगरी महाकालवन (शिवशंकराचं वन) या नावाने ओळखली जात होती. याच वनातून 'दक्षिणपथ' म्हणजेच उत्तरेच्या मैदानी प्रदेशास दक्षिणेच्या पठारास जोडणारा राजमार्ग जायचा. ब्रह्माच्या उद्धटपणामुळे शिवाने त्याचं पाचवं मस्तक तोडून टाकलं; परंतु ते मस्तक हटवादीपणे शिवाच्या तळव्यालाच चिकटून राहिलं. ते हातापासून विलग करण्यास कुणी मदत करेल का अथवा अशी काही वस्तू मिळेल का जिच्या साहाय्याने आपण ते मस्तक सोडवू शकू या विवंचनेने ग्रासलेले शिवशंकर याच वनात फिरत होते. याच वनात आपली पत्नी सती हिचं जळलेलं कलेवर घेऊनही ते फिरले होते. या दोन्ही प्रसंगी क्षिप्रा नदीच्या पाण्यात बुडी घेतल्यावर त्यांना मुक्ती मिळाली होती. पहिल्या वेळी संतापापासून मुक्ती मिळाली होती तर दुसऱ्या प्रसंगी दुःखापासून मुक्ती मिळाली होती. क्षिप्रेच्या जन्माची कथा अशी आहे की, संतप्त किंवा दुःखी शंकराने विष्णूच्या मस्तकावर किंवा बोटावर आपल्या त्रिशुळाने प्रहार केला तेव्हा उसळी मारून बाहेर आलेल्या रक्तापासून क्षिप्रा नदी तयार झाली. उज्जैनला भेट दिल्यावर तनामनाच्या शुद्धीकरणासाठी क्षिप्रा नदीत स्नान करणं ही आवश्यक गोष्ट मानली जाते.

उज्जैनला एके काळी अवंती या नावानेही ओळखलं जात होतं. या महान नगरीचे उल्लेख वैदिक आणि बौद्ध काळापासून आढळून येतात. संस्कृत वाङ्मयात महान योगदान देणारे कवी कालिदास, नाटककार भास आणि शुद्रक यांच्याशी हे महाकालेश्वर मंदिर संबंधित आहे. ही महान नगरी गूढ अध्यात्मवादी भर्तृहरी आणि त्याचा बंधू राजा विक्रमादित्य यांची आहे. त्यांच्या कहाण्यांमुळे हिंदू धर्मातील महत्त्वाचे टप्पे निर्माण करणाऱ्या काळाच्या उपरोधिकतेचं आपल्याला स्मरण होतं.

शरीरवासनांच्या मार्गावरून भर्तृहरीला त्याचा आत्मा गवसला; परंतु त्यासाठी त्याचा हृदयभंग व्हावा लागला. त्याचं पत्नीवर प्रगाढ प्रेम होतं; परंतु त्याला एकदा शोध लागला की, तिचं प्रेम तर घोड्यांचा तबेला राखणाऱ्यावर आहे आणि हा तबेलापालक एका झाडूवालीवर प्रेम करतो आहे, तेव्हा मनाला तीव्र यातना होऊनही त्याला स्वतःच्या इच्छा-वासनांना आवर घालता येईना, त्यामुळे त्याचं व्यक्तिमत्त्व दुभंगलं. कृष्ण पक्षात म्हणजे पौर्णिमेपासून पुढील काळात चंद्राची कला हळूहळू कमी होत जाते, तेव्हा तो निरासक्त संन्यासी बनायचा आणि आध्यात्मिक काव्य लिहायचा, तर शुक्ल पक्षात म्हणजे चंद्रकलेच्या वाढत्या काळात तो आसक्त गृहस्थाश्रमी बनून कामुक कविता लिहायचा. सरतेशेवटी तो नाथ-जोगी बनला. त्याची गुहा उज्जैनच्या परिसरात सापडली आहे, तसंच मत्स्येंद्रनाथ या त्याच्या गुरूंचं स्थानही जवळच आहे. त्या स्थानाची मुसलमान लोक पीर म्हणून भक्ती करतात.

महाकालेश्वर शिवलिंग

विक्रमादित्याच्या कथेत पाहिलं तर त्याची वेताळाशी गाठ पडते त्यातून जीवनातील तोचतोचपणा दिसून येतो. 'या वेताळास स्मशानातून परत आण' असं त्याला सांगितलेलं असतं. वेताळाला पकडणं सोपं असलं तरी त्याला पकडून ठेवणं महाकठीण कारण त्याच्याशी बोलण्याची उबळ आवरणं फारच अवघड असतं; परंतु निसटून जायचा निर्धार करणारा वेताळ दर वेळेस विक्रमादित्याला एक कथा सांगतो आणि त्यातून काय तात्पर्य निघेल ते विचारतो आणि म्हणतो, ''खरा विक्रमादित्य असशील तर योग्य

निर्णय देशील, तोतया असशील तर गप्प बसशील.'' विक्रमादित्यास त्याचा स्वाभिमान गप्प बसू देत नाही, त्यामुळे वेताळ एकूण २४ वेळा फसवून पळून जातो. २५व्या वेळेस विक्रमादित्याकडे उत्तर नसतं म्हणून तो गप्प राहतो, तेव्हा तो वेताळ मंद हास्य करत म्हणतो, ''तुला ज्या गप्प बसण्याचा अभिमान आहे, तो चांगलाच महागात पडणार आहे.'' मग वेताळ त्याला सांगतो की, 'मला घेऊन ये' असं ज्या चेटक्याने तुला सांगितलं तो माझा वापर करून तुझं सिंहासन ताब्यात घेण्याची योजना आखतो आहे. या चोवीस गोष्टींमधील तोचतोचपणा बघून आपल्याला जीवनचक्राची आणि ते भंग करण्यातील धोक्यांची आठवण होते.

ज्या स्मशानात विक्रमादित्याला वेताळ सापडतो, तिथलीच राख महाकालेश्वर मंदिरातील विधींसाठी वापरली जात होती, असा उल्लेख उज्जैनच्या लोककथांत येतो. रोज पहाटे ४ वाजता शिवलिंगास भस्मारती सादर केली जाते. हा विधी पुरुष पुजारी बंद दरवाजा आड करतात. जीवन आणि पुनर्जन्म यांच्याशी स्त्रिया प्रतीकात्मकरीत्या जोडल्या गेल्या असल्याने मृत्यूच्या दाहक वास्तवाच्या आरती-विधीत त्यांना प्रवेश नसतो. परंपरेनुसार ही राख नव्याने जाळलेल्या प्रेताची आणि अघोरी संन्याशाने वाहिलेली असावी असं होतं; परंतु आजमितीला शेणाची गोवरी जाळून मिळालेल्या राखेने विधी करतात. कदाचित, आधुनिक (किंवा शुद्धतावादी) संवेदनशीलतेस जपण्यासाठी म्हणून असं करण्यात आलं असावं. तेजस्वी, आनंदी वैदिक धर्म आणि त्याचाच - तांत्रिक धर्म म्हणून ओळखला जाणारा काळोखा अंतर्प्रवाह यांच्यातील तणाव पुराणकाळापासून चालत आलेला आहे. दोन्ही शाखांना संतुष्ट करणारे दोन शिवशंकर आहेत. पहिल्या शाखेचा शिवशंकर दूध आणि शेणाच्या गोवरीची राख स्वीकारतो, तर दुसऱ्या शाखेचा शिवशंकर स्मशानातील राख आणि हाडंच मान्य करतो.

मूळ महाकालेश्वर मंदिर महाकालवनात स्थित होतं. तेराव्या शतकात इल्तुत्मिश या दिल्लीच्या सुलतानानं (रझिया सुलतानच्या पित्यानं) धाड घालून ते लुटलं. जुन्या बांधकामातलं केवळ देवडीच्या ठिकाणचे चौबीस खंबा मंदिर आणि त्याच्या द्वार-रक्षिका 'देवी महामाया' आणि 'देवी महालया' तेवढ्या सध्या शिल्लक आहेत. या नगरीची मुळं शिव-शक्तीत खोलवर रुजल्याचे स्मरण त्यामुळे होतं. अठराव्या शतकात मराठा राज्याच्या अखत्यारीत सिंदिया उर्फ शिंदे यांच्या आश्रयाने हे मंदिर पुनश्च बांधण्यात

आलं. त्यांनीच क्षिप्रा नदीच्या काठावर सिंहस्थ (उज्जैनमधील कुंभ मेळा) भरवून तिथे शस्त्रधारी साधूंना बोलवायला सुरुवात केली. जवळच्याच नाशिकमध्ये गोदावरीकाठी दर बारा वर्षांनी कुंभ मेळा साजरा होत होता, त्याचीच ती आवृत्ती होती. कारण, हिंदू तत्त्वज्ञानाची मूलतत्त्वे राज्यकर्त्यांना माहिती होती – काहीही शाश्वत टिकून राहत नसले तरी प्रत्येक गोष्टीचा पुनर्जन्मही होत असतो.

४

तांत्रिक युग
(१००० वर्षांपासून पुढे)

बौद्ध-जैन धर्मांत देवींची भूमिका किरकोळ असते. स्त्रीदेह आध्यात्मिक उन्नतीत अडथळा आणतो, या दृष्टीनेच स्त्रीकडे पाहिले जाते. स्त्रीरूपापासून दूर राहणे ही त्या दोन्ही धर्मांची विशुद्धतेची मागणी होती; परंतु जसजशी मंदिरं लोकप्रिय होऊ लागली, जलाधारित पूजेची जागा अग्नी आधारित यज्ञ घेऊ लागला, वेदांना 'निगम' संबोधलं जाऊन मंदिरांतील धर्मविधीच्या श्लोकांना 'आगम' म्हटलं जाऊ लागलं, तेव्हा देवी पुनश्च व्यासपीठाच्या केंद्रस्थानी आली. मंत्रास (मनाच्या मार्गास) तोडीस तोड असे तंत्र (तनाचे म्हणजेच शरीराचे मार्ग) निर्माण करण्यात आले. तारा, भैरवी आणि वज्रयोगिनी या देवींनी बौद्ध आणि हिंदू धर्मांत परिवर्तन घडवून आणलं.

याच काळात हिंदू धर्मास पुनश्च नवीन आकार देण्यासाठी आद्य शंकराचार्य दक्षिणेच्या नर्मदा खोऱ्यातून प्रवास करून गंगेच्या मैदानी प्रदेशात आले, तिथून काश्मिरात गेले. या नव्या हिंदू धर्मात वेदांतील निर्गुण ब्रह्म (निराकार दैवी स्वरूप) आणि पुराणातील सगुण ब्रह्म (असंख्य दैवी रूपे) यांचा संयोग जुळवून आणला होता. बौद्ध भिक्षू लोकांमध्ये रुळलेल्या संकल्पना आणि प्रथांपासून फटकून राहत असले तरी आद्य शंकराचार्यांनी मात्र तीर्थयात्रा आणि मंदिरं यांच्यासोबत पुनर्जन्म आणि आत्मा या वेदांतील संकल्पनांवरही भर दिला. भारतीय उपखंडात हिंदू धर्म कलेकलेने वाढत गेला आणि बौद्ध धर्म अस्तंगत होत गेला, यामध्ये त्यांच्या या कृतीने मोठी भूमिका बजावली. शंकराचार्यांवर त्यांच्या विधवा आईचा आणि उभया

भारती नामक एका वैदिक पंडितांच्या पत्नीचा प्रभाव होता. या उभया भारतीने सांगितल्यानुसार शंकराचार्य काश्मीरला गेले अणि तेथील स्थानिक देवी शारदा हिच्या पूजनाचा 'तंत्र मार्ग' शिकले.

यातील विरोधाभास असा की, शंकराचार्यांनी ब्रह्मचर्य व्यवस्थेला मुख्य प्रवाहात आणण्यात महत्त्वाची भूमिका बजावली. खरं तर प्राचीन काळातील ऋषी आणि ब्राह्मण मंडळी विवाहित असत. यज्ञयाग, पूजा करताना बाजूला पत्नी असणं गरजेचं असायचं. बौद्ध आणि जैन मठव्यवस्थांच्या हे अगदी विपरीतच होतं; परंतु बौद्ध धर्म अस्तंगत झाला, तेव्हा त्यांची मठव्यवस्था हिंदू धर्मात विलीन झाली. भविष्यात हिंदू धर्मास खूप मोठा धोका आहे हे आदि शंकराचार्यांना दूरदृष्टीने कळलं होतं असं म्हणतात, त्यामुळेच त्यांना लढवय्या साधूंचे आखाडे निर्माण करण्याची प्रेरणा मिळाली. त्याशिवाय त्यांनी भारतीय उपखंडाच्या चार कोपऱ्यांत विद्याकेंद्रे उभारून 'भारतवर्ष' संकल्पनेचं दृढीकरणही केलं. तक्षशीला, विक्रमशीला, नालंदा यांसारख्या बौद्ध विद्याकेंद्रांप्रमाणेच त्या विद्याकेंद्रांत ब्रह्मचारी संन्यासी प्रमुख म्हणून नेमले जाऊ लागले.

अशा प्रकारे या युगाने देवीचा उदय पाहिला आणि याच युगाने अत्यंत कर्मठ आणि ब्रह्मचारी नाथजोग्यांतील संघर्षाच्या कथाही पाहिल्या. हे नाथजोगी योगिनींच्या वैषयिकतेचा प्रतिकार करून, त्यावर नियंत्रण आणून सिद्धी प्राप्त करण्याची इच्छा धरायचे, त्यामुळे मग ज्या मंदिरांत तरुण गायिका आणि नर्तिका भरभराटीस आल्या तीच मंदिरं नृत्यगायनादि कलांकडे तुच्छतेने पाहणाऱ्या साधूबैराग्यांच्या प्रभावाखाली आली.

१५

गुवाहटी :
गर्भाशयाची पूजा

आसामातील गुवाहटी येथील कामाख्या मंदिर कूच बिहारच्या राजांनी सतराव्या शतकात उभारलं असलं तरी तेथील देवी पुरातन आहे. ती तांत्रिक देवता असून, वैदिक संस्कृतीच्याही आधीची स्थानिक खासी आणि गारो या जमातींची देवी आहे. काही श्रद्धावंतांच्या मते, ही देवी आणखीही जुनी आहे; परंतु खूप पूर्वी जेव्हा 'विशिष्ट देवीचं हे मंदिर आहे' अशी ओळख त्या स्थानास मिळाली नव्हती, तेव्हा ती नैसर्गिक खडकांपासून बनलेली रचना होती. डोंगरातून वाहत येणाऱ्या झऱ्याच्या उथळ पात्रात पाषाणाच्या सपाट लादीत निर्माण झालेली एक चीर पाहून मानवी डोळ्याला स्त्रीयोनीचा किंवा स्त्रीच्या लैंगिक अवयवमुखाचा भास होत होता.

असं म्हणतात की, दर वर्षी पहिला पाऊस पडला की, त्या चिरेतून रक्तवर्णी प्रवाह वेगाने बाहेर पडतो. तर्कवाद्यांच्या दृष्टीने ती जमिनीतली लाल माती असते. टीकाकार म्हणतात की, स्थानिक पुजारी त्या पाण्यात कुंकू मिसळतात, तर श्रद्धावंत म्हणतात की, हे पृथ्वीचं म्हणजेच देवीचं मासिक

पाळीतील रक्त आहे म्हणूनच तीन दिवसांसाठी 'अंबुबाचि मेला' या विधीचा भाग म्हणून मंदिराचे दरवाजे बंद असतात. या काळात देवी विश्रांती घेते आणि प्रजननक्षमता पुनश्च प्राप्त करते.

खूप वर्षांपूर्वी कामाख्या मंदिरात पहिल्यांदा गेलो, तेव्हा आपण पृथ्वीच्या गर्भाशयातच प्रवेश करतोय की काय असा भास झाला होता. तिथल्या पायऱ्या आपल्याला पृथ्वीच्या पोटातील दालनात घेऊन जातात. आत एक झरा वाहत असतो आणि तिथं आपल्याला देवीच्या तीन रूपांचं प्रतिनिधित्व करणारे तीन मुकुट दिसतात – लक्ष्मी, सरस्वती आणि कामाख्या. सगळ्यांच्याच नजरेच्या केंद्रस्थानी तिसरी देवी असते. तिला लाल रंगाच्या वस्त्रात आणि फुलांत सजवलेलं असतं. त्या मुकुटाखाली ती चीर आहे असं मला सांगण्यात आलं.

दंतकथेनुसार शिवशंकरांची सहचरी सती हिनं वडिलांशी झालेल्या भांडणातून जीव दिला, तेव्हा शिवशंकर दुःखावेगाने वेडेपिसे झाले. सतीच्या शवाला मिठी मारून पृथ्वीवर इतस्ततः भटकू लागले. शेवटी विष्णूंनी तिच्या शवाचे अनेक तुकडे करून शंकरांना ते हातातून सोडायला लावले. पृथ्वीवर ज्या ज्या ठिकाणी ते तुकडे पडले ती स्थानं शक्तिपीठं किंवा देवीची स्थानं झाली. या शक्तिपीठांची संख्या धर्मग्रंथानुसार किंवा स्थानिक-परिचित परंपरेनुसार बदलते; परंतु एक गोष्ट स्पष्ट आहे, ती म्हणजे देवीचा गर्भाशय कामाख्य येथे पडला.

आजमितीस लैंगिक अवयवांची खास करून स्त्रीच्या लैंगिक अवयवांची सार्वजनिक चर्चा लज्जास्पद, संकोचाची अथवा तिरस्काराची मानली जाते. कारण, आपल्यावरचे सामाजिक संस्कार तसे आहेत. प्रजननात्मक अवयवांशी संबंधित सर्वच गोष्टींकडे हे संस्कार तुच्छतेने पाहतात, तरीही हिंदू संस्कृतीत दैवी शक्तीला त्या लैंगिक अवयवाच्या रूपात व्यक्तही केलेलं दिसून येतं. काही पाश्चात्त्य विद्वानांना हे सुखद गुदगुल्या करणारं वाटलं तरी काही हिंदू मूलतत्त्ववाद्यांना मात्र ते अपमानास्पद वाटतं; परंतु त्यातून

कामाख्या मंदिर

हेच दिसून येतं की, अगदी अलीकडच्या काळापर्यंत लैंगिकता आणि प्रजनन यांच्याबद्दल भारताचा दृष्टिकोन निरोगी होता.

खरं तर बौद्ध आणि जैन धर्म यांच्यातील अलैंगिकता आणि ब्रह्मचार्याच्या मठ परंपरांना शह देण्यासाठी म्हणून वैदिक पायावर हिंदू धर्म उदय पावला होता. संन्यासी आणि गृहस्थाश्रमी जगातील हा तणाव वेगवेगळ्या लैंगिक- अलैंगिक प्रतिमांतून व्यक्त झालेला दिसतो. यांपैकी लैंगिक प्रतिमांना तांत्रिक म्हटलं जातं, तर अलैंगिक प्रतिमांना वैदिक किंवा अधिक करून वेदान्तिक म्हटलं जातं. मात्र दोन्ही प्रकारच्या म्हणजे अलैंगिक प्रतिमांतून आणि लैंगिक प्रतिमांतूनही प्रेक्षकांपर्यंत पोहोचवण्याची संकल्पना समानच असते. फक्त वापरण्याचं माध्यम वेगळं असतं. उदाहरणार्थ, जीवन आणि प्रजनन या संकल्पना व्यक्त करण्यासाठी तांत्रिक प्रतिमेत गर्भाशय आणि लिंग यांचा उपयोग केला जातो तर वेदान्तिक प्रतिमेत वनस्पती, प्राणी, भूमिती, कलात्मक वस्तू, मानवी मूर्ती यांचा रूपकात्मक वापर केला जातो.

पृथ्वी ही देवी आहे आणि सर्व प्रजननक्षम स्त्रियांप्रमाणे तिलाही मासिक पाळी येते, ही संकल्पना सर्व शेतकरी समाजांमध्ये असते. ओडिशामधील सुप्रसिद्ध 'रोजो' सणाच्या काळात स्त्रियांना विश्रांती घ्यायला सांगितलं जातं. जमिनीवर पायही ठेवू नका असं म्हटलं जातं. हा काळ स्त्रीत्वाचे सोहळे रचत पलंगावर बसून दिवसभर निरनिराळे खेळ खेळण्याचा, झोपाळ्यावर बसून झुलण्याचा असतो. या सणात स्त्रियांकडे त्या 'अशुद्ध, अपवित्र' आहेत या नजरेनं बघितलं जात नाही. मासिक पाळीच्या रक्तामुळे 'नवीन जीवाचा भार वाहण्यास सिद्ध' अशा त्यांच्या शरीरांचा उत्सव या काळात साजरा केला जातो.

मासिक स्रावाची आणि स्त्रीशरीराची भीती, प्रजनन आणि लैंगिकतेपासून दूर राहण्याची वृत्ती या सगळ्याचं मूळ मठव्यवस्थेत आहे. यातनाभोगांपासून सुटका मिळवण्यासाठी बुद्धाने 'मारा'च्या कन्यांना कसं चकवलं हे बौद्ध धर्म आपल्याला सांगतो. हिंदू धर्मात हाच 'मार' कामदेवाच्या रूपात येतो, त्याच्या सुंदर मुलींची सेना 'अप्सरा' म्हणून ओळखली जाते. या अप्सरा ऋषिमुनींच्या तपश्चर्येत विघ्ने आणतात.

शिव त्याच्या तिसऱ्या डोळ्याने कामदेवाला जाळून टाकतो; परंतु डोळे (अक्ष) आणि वासना (काम) एकत्र येऊन कामाक्ष अथवा कामाख्य बनतात. हे कामाक्ष मग शिवाचं रूपांतर कामांतकापासून (कामदेवाच्या

अंतकापासून) ते कामेश्वरापर्यंत (कामवासनांच्या राज्यात) करतात. बौद्धधर्मात तारा बोधिसत्त्वास मिठी मारते. त्यातून याब-युम (माता-पिता) या तिबेटी प्रतिमांचा उदय झाला आहे. अशा प्रकारे देवी किंवा सृष्टी हिने तिच्यापासून मुक्त होऊ इच्छिणाऱ्या देवावर किंवा मानवी मनावर विजय मिळवला आहे. (हे लिंगभेद वापरण्याच्या कल्पनेविरुद्ध आहे).

कामाख्या

दक्षिण भारतात कामाख्येस 'कामाक्षी' म्हणून संबोधले जाते आणि ऊस, फुले व पोपट या कामदेवाच्या प्रतीकांतून तिची प्रतिमा उभारली जाते; परंतु आसामात मात्र तिची मूर्ती वेगळ्या प्रकारे कल्पिलेली आहे. ती सहा डोक्यांची, बारा हातांची देवी असून शिवाच्या नाभीतून उगवलेल्या कमळावर बसली आहे आणि हा शिवही सिंहाच्या पाठीवर पहुडलेला आहे. या प्रतिमेमुळे अधिक लोकप्रिय अशा वैष्णवपंथी प्रतिमेची आठवण होते. त्या प्रतिमेत शेषशायी विष्णूच्या नाभीतून उगवलेल्या कमळात ब्रह्मदेव बसलेला आहे. ब्रह्माचा जन्म झाल्यावर तो भयभीत अवस्थेत असतो, अशी कल्पना वैष्णव परंपरेत आहे, तर शाक्त परंपरेतील कामाख्या (कामाक्षी) ही शिवाच्या छातीवर पाय देणारी 'सर्वशक्तिमान देवी' या स्वरूपात पाहिली गेली आहे.

कामाख्येस कधी कधी कमला (कमळावर बसणारी) किंवा षोडशी (सोळा वर्षांची) या रूपांत पाहिलं जातं, तर कधी महाविद्यांच्या समूहातील एक म्हणूनही गणलं जातं. कामाख्या मंदिर संकुलात दहा महाविद्यांच्या प्रतिमा दिसतात; परंतु त्या नक्कीच नंतरच्या तांत्रिक परंपरांतून आलेल्या आहेत, तसंच काही थोड्या 'छिन्नमस्तिक' मंदिरांपैकी एक मंदिर कामाख्या येथे आहे. या ठिकाणी देवी एका संभोगरत युगुलावर बसून स्वतःचं मस्तक कापून स्वतःचंच रक्त पिताना दाखवली आहे. हिंसा आणि संभोग यांची ही प्रतिमा म्हणजे मठव्यवस्थांनी ज्या अहिंसा आणि अलैंगिकतेचं गौरवीकरण केलं, त्यांना दिलेलं उघड आव्हानच आहे.

कामाख्या ही भूदेवी म्हणजेच विष्णुपत्नी आहे असंही म्हणतात;
पण तसं सांगून कामाख्येची पूजा करणारे विष्णुभक्त देवीवर स्वतःचा दावा
सांगण्याचा प्रयत्न करत आहेत, असंच समजलं गेलं. कारण, देवी तर
शिवाची अर्धांगिनी आहे हे लोकांना माहीत होतं. वराहावतारातील विष्णूने
भूदेवीची सुटका केली, तेव्हा तिनं 'नरकासुर' नामक एका असुर कुमारास
जन्म दिला. या नरकासुराचा कृष्णाने वध केला. कृष्णभक्तीची ओळख
त्यातील शाकाहारी प्रथांसह सुप्रसिद्ध संत शंकरदेवांनी आसामात आणली;
पण त्या भक्तिमार्गात बंगालच्या चैतन्य वैष्णवभक्तीसारखा राधेचा उल्लेख
नव्हता. कदाचित, देवीचा प्रभाव आणि प्रजनन व लैंगिकतेचा सोहळा
यांच्यात अन्य शिरकाव होऊ नये म्हणून तसं करण्यात आलं असावं. अशा
प्रकारे लैंगिकता आणि अलैंगिकता, गृहस्थ आणि संन्यासी, तंत्र आणि
वेदान्त यांच्यात कित्येक शतकांपूर्वी तणाव होता हे आपल्याला दिसून येतं.
त्याचेच प्रतिध्वनी आजही उमटताना दिसतात. जे पूर्वी घडलं होतं तेच पुढेही
घडणार आहे.

१६

दिल्लीचा : उग्र पहारेकरी

प्रवेशद्वाराशी लिहिलेली सूचना सुस्पष्ट आहे : 'मंदिराभोवतीच्या भिकाऱ्यांना दारू देण्यास सक्त मनाई आहे.' इंद्रप्रस्थाच्या प्रवेशद्वाराशी पांडवांनी बांधलेलं हे किलकारी भैरवाचं मंदिर आहे. सध्या ते दिल्लीच्या जुन्या किल्ल्याच्या बाहेरच्या वेशीला चिकटून असल्याचं दिसून येतं.

इथल्या दैवताला दारूच्या बाटल्यांचा नैवेद्य दाखवला जातो, त्या बाटल्यांतील अर्धी दारू एका लालेलाल, धगधगत्या, उष्ण घमेल्यात ओतल्यामुळे नाहीशी होते, तर उरलेली दारू प्रसाद म्हणून भक्तांना परत दिली जाते. या मंदिरात नवविवाहित जोडपी आणि कुटुंबे बऱ्याचदा येतात, त्यांना या नैवेद्यामुळे संकोचल्याची भावना होत नाही; परंतु ज्यांना 'देवाला काय दारूचा नैवेद्य द्यायचा?' असं वाटतं त्यांच्यासाठी याच रस्त्याच्या टोकाशी 'दुधिया भैरवा'चं मंदिर आहे. तिथं कच्चं, न तापवलेलं दूध आणि फळं नैवेद्य म्हणून स्वीकारली जातात.

'किल्कारी' याचा अर्थ चीत्कार. लहान मुलांनी आनंदाने काढलेले चीत्कार. हिंदू प्रतिमाशास्त्रात भैरव दोन स्वरूपांत दाखवला जातो –

रक्तासारखे लाल डोळे, ताठ शिस्न, गळ्यात रुंडमाळा असा उग्र पुरुष. हा
चषकातले मद्य किंवा रक्त पितो आणि पिसाळलेल्या कुत्र्याच्या पाठीवर
बसतो, तर दुसऱ्या रूपातला भैरव लहान मूल असतो. हाही कुत्र्यावर स्वार
असतो आणि त्याच्या हातात मानवी मस्तक असतं. यांपैकी पहिल्या रूपास
कालभैरव किंवा काळा भैरव असं नाव आहे. हे काळे रूप मद्य पिते, त्यास
भांग, धोतरा असे अमली पदार्थ आवडतात. कालभैरवाचे नाते काळाशी
म्हणजे मृत्यूशी, विद्ध्वंसाशी आहे आणि अंधाराशीही आहे, तर गोंडस
भैरवास 'बटुक भैरव' किंवा 'गोरा भैरव' म्हणूनही ओळखलं जातं. हे सौम्य
रूप दूध पितं. अमावस्येच्या आधीच्या रात्रीस 'शिवरात्री' म्हणून ओळखले
जाते. त्या वेळी दोन्ही भैरव किंचाळतात, आरडाओरडा करतात आणि
ढोलकीच्या तालावर नाचतात. भक्तगणही त्यात सामील होतात आणि
मंदिरामध्ये दिवसा अपेक्षित असलेल्या धार्मिकतेच्या संयमशील वर्तनाचं
बंधन तोडून टाकतात.

शिवाच्या पारंपरिक मंदिरांसारख्या नंदीच्या मूर्ती इथं नसतात. फक्त कुत्रे
हेच भैरवाचे वाहन तिथं असतं, त्यामुळेच या मंदिरसंकुलात भरपूर श्वान
आढळतात. या श्वानांनाही भक्तजनांनी केलेलं कोडकौतुक आवडतं. या
ठिकाणी शिवाचं प्रतिनिधित्व लिंग करत नाही तर मस्तक करतं. भैरवाच्या
कहाण्या संस्कृत पौराणिक साहित्यात खूप कमी आहेत; परंतु प्रादेशिक
साहित्य, लोकपरंपरा, ग्रामपरंपरा यांत त्या विपुलतेने आढळतात. बऱ्याचदा
ज्याला आपण मुख्य प्रवाहातील हिंदू धर्म म्हणतो, त्याच्या वळचणीस कुठे
तरी अंग चोरून त्या उभ्या असतात. कारण, या कहाण्या सहजगत्या
'सोवळ्या' करून घेता येत
नाहीत. त्या रांगड्या आहेत,
मानवाच्या गाभ्याला हात
घालणाऱ्या आहेत. संभोग आणि
हिंसा यांबद्दलच्या मानवी आदिम
प्रेरणेशी निगडित आहेत.
एकोणिसाव्या शतकातील
युरोपियन पाहुण्यांना ही धर्मस्थळे
आणि प्रथा 'आदिम-रानटी'
वाटल्या असल्या तरी

जुन्या किल्ल्याजवळील मंदिर

कालभैरव

एकविसाव्या शतकातील आधुनिक पर्यटकांना मात्र हे अनुभव अस्सल आणि वास्तव वाटतात म्हणजेच इंडॉलॉजिस्ट अशा बिगर अब्राहमिक प्रथांना तुच्छतेने 'पॅगन' (अनधिकृत धर्मप्रथा) म्हणत असले तरी त्या प्रथांबद्दलची आपली भूमिका आता बदलत चालली आहे हेच त्यातून दिसून येतं.

या मागची गोष्ट अशी आहे की, देवीने तिच्या गुहेत प्रवेश केला आणि तिनं दरवाजावर एका वानरास पहारेकरी म्हणून नेमलं. या वानरास 'लंगुरदेवता' असं संबोधलं जातं. हल्ली त्यास 'हनुमान' अशी ओळख दिवसेंदिवस अधिकाधिक मिळू लागली आहे. हा वानर देवीचा सेवक होता, त्यानं ब्रह्मचर्याची शपथही घेतली होती, त्यामुळे तो देवीकडे 'माता' म्हणून पाहत असे. तथापि, भैरवास देवीशी समागम करण्याची इच्छा होती. काही कहाण्यांनुसार भैरव हा असुर होता, तर काही कहाण्यांनुसार भैरव हा तांत्रिक होता, लैंगिक विधी हे त्याच्या गूढ साधनेचा भाग होते, तर काही कहाण्या म्हणतात की, भैरवाने ब्रह्माचं कामुक आणि उद्धट पाचवं मस्तक तोडून टाकल्यावर तो त्याचं रक्त प्यायला आणि वासनेने धुंद झाला. ते काही असो; परंतु त्यामुळे देवी एवढी संतापली की, तिनं चंडीचं रूप धारण करून भैरवाचा शिरच्छेद केला, तेव्हा त्या मस्तकाने देवीची क्षमा मागितली आणि तिची स्तुतीपर गीतं गायली, तेव्हा देवीने जाहीर केलं की, भैरवाच्या मस्तकाची पूजा केली जावी. तो तिचा काळजीवाहू सेवक म्हणून राहील आणि त्याची पूजा केल्याशिवाय तिची पूजा पूर्ण होणार नाही.

भक्तांसाठी भैरव हा भोलेनाथाचं एक रूप आहे. तो निरागस आहे, त्यामुळेच त्याला जगाच्या रितीभाती ठाऊक नाहीत म्हणूनच देवीची संमती नाही हे त्याला कळत नाही. त्याच्या आडमुठेपणाबद्दल देवी त्याची निर्भर्त्सना करते; परंतु ती त्याच्या निरागसतेला ओळखते आणि त्याचं रूपांतर भक्तात करते. त्याला स्वबळावर दैवताचा दर्जाही मिळतो. कारण, तो स्वतःच्या नीच, वैषयिक शरीरातून बाहेर पडतो.

तांत्रिक शरीरविज्ञानशास्त्रानुसार पुरुष मर्त्य असतात. कारण, त्यांचं वीर्य शरीराबाहेर पडतं; परंतु तांत्रिक विधींमुळे हेच वीर्य पाठीच्या कण्यातून वर जातं आणि मस्तकात जाऊन त्याचं रूपांतर ज्ञानामृतात होतं, त्यामुळे त्या तांत्रिकास महान सिद्धी आणि ज्ञान प्राप्त होतं. भैरवाचं मस्तक तर त्या ज्ञानामृताने पूर्ण भरलेलं असतं, त्यामुळेच त्यास पूजेचा मान मिळतो. शरीरसुख नाकारल्यामुळे त्याच्यासाठी एकमात्र सुख येतं ते मद्यातून आणि ते मिळालं की, तो आनंदाने चीत्कारतो आणि त्या बदल्यात त्यांच्या भक्तांना हवं ते देतो.

असं म्हणतात की, भीमाने भैरवाची प्रतिमा टेकडीवरून जुन्या किल्ल्याच्या देवस्थानी आणली. भैरवाने भीमाला अट घातली होती की, एकदा माझी मूर्ती तू उचललीस तर ती जमिनीवर ठेवता कामा नये. तू जिथं ही प्रतिमा ठेवशील, तिथं मी राहीन. भीमाला ही मूर्ती इंद्रप्रस्थाच्या आत न्यायची होती; परंतु प्रवेशद्वाराशीच त्याला प्रचंड भूक लागली म्हणून तो खायला थांबला, त्यामुळेच हे तीर्थक्षेत्र प्रवेशद्वाराशी आहे. भीमाचं भैरवाशी जवळचं नातं आहे. कारण, देवीकडे वैषयिक नजरेने पाहणाऱ्यांवर भैरव हल्ला करतो, त्याचप्रमाणे भीमानेही आपल्या पत्नीचं वस्त्रहरण करणाऱ्या कौरवांचं रक्त प्यायलं होतं, त्यांची हाडं मोडली होती. महाभारताच्या लोककथात्मक आवृत्त्यांत छळकर्त्यांच्या रक्ताने केस धुणारी द्रौपदी देवीरूपच असते.

इतिहासकारांनी शोधून काढलंय की, किल्ल्याच्या भिंतीच्या आत 'इंद्रपत' नावाचं खेडं १९१३ सालापर्यंत अस्तित्वात होतं. तिथं केलेल्या उत्खननात ३००० वर्षांपूर्वीची भांडी सापडली आहेत. त्यावरून कळतं की, या ठिकाणी वैदिक काळापासून प्राचीन वस्ती होती. सध्या आपण जो किल्ला पाहतो तो हुमायून आणि शेरशाह सूरी यांनी बांधला आहे. मोगलांची सत्ता असूनही आणि 'किला कुहना मशिद' तिथून जवळच असूनही भैरव मंदिर टिकून राहिलं आणि भरभराटीसही आलं. आता ज्याचं मस्तक धडापासून वेगळं करण्यात आलं आहे, ज्याच्या वासनेस देवीने पायबंद घातला आहे, ज्याला मद्यप्राशन आवडतं असा हा स्थानिक देव तिथल्या स्थानिक सैनिकांना, राजपुतांना, तुर्की किंवा अफगाणी लोकांना का आवडत असावा याची आपण कल्पना करू शकतो. कदाचित, ते स्वतः रोजच्या रोज हिंसेला सामोरे जात होते, ती हिंसा सहन करण्याची ताकद मिळावी म्हणूनही ते या मंदिरास वारंवार भेट देत असतील.

काही सद्यःकालीन हिंदू नेत्यांना हिंदू धर्माचं रूपांतर कुठल्यातरी एकसुरी, शुद्धतावादी धर्मात करायचं आहे; परंतु अशा प्रकारची तीर्थक्षेत्रे आपल्याला श्रद्धेच्या सर्वसमावेशक आणि कुणाबद्दलही मनात पूर्वग्रह न बाळगणाऱ्या स्वरूपाची आठवण करून देतात. इथं देव आपल्या इच्छा भक्तांवर लादत नाही आणि भक्तगणही आपल्या इच्छा देवावर लादत नाही.

१७

हिरापूर :
वर्तुळातील योगिनी

एके काळी दागदागिन्यांनी मढलेल्या स्त्रिया हिंदू मंदिरात राहायच्या. त्या कला, नृत्य, गायन, वादन यातच पूर्णतया रमलेल्या असायच्या. त्यांना अनेक चाहतेही असायचे. कारण, त्या कुणा एका पुरुषाला नव्हे तर देवाला बांधिल असायच्या. त्यांचं सौंदर्य शृंगारिक प्रतिमांच्या रूपात भावी पिढ्यांसाठी मंदिरांच्या भिंतींवर जतन करून ठेवलं जायचं; परंतु अशा मातृसत्ताक पद्धतींचा अर्थ न समजल्याने भारताचे ब्रिटिश राज्यकर्ते या मुक्त स्त्रियांना वेश्या समजू लागले. समाजसुधारकांनी त्यांचं समर्थन केलं. कारण, त्यांना वाटत होतं की, या स्त्रियांचं शोषण होत आहे, त्यांच्या शरीरावर त्यांची मालकी नाहीये. तत्कालीन स्वातंत्र्यसैनिकही त्या स्त्रियांच्या पाठीशी उभे राहिले नाहीत. कारण, त्यांच्या दृष्टीने स्त्रिया माता, कन्या आणि भगिनीच असू शकत होत्या. पुरुषांकडून प्रणयाची इच्छा करणाऱ्या आणि पुरुषांनाही ज्यांच्याबद्दल प्रणयी भावना वाटते, अशा स्त्रियांच्या रूपात ते स्त्रियांना बघू शकत नव्हते. याच सोवळेपणाच्या पुरुषसत्ताक लाटेवर 'पुरुष पुजारीजन' आरूढ झाले. कारण, त्यांना

मंदिरांतील विधी आणि संपत्ती यांच्यावरील स्त्रियांचा ताबा बेकायदेशीर ठरवायचा होता.

यात खूपच विरोधाभास होता. कारण, पुरातन वास्तुरचनाकारांनी तर ती मंदिरं बांधताना कल्पना केली होती की, ते एका विसावलेल्या स्त्रीचं शरीर आहे आणि तिच्या गर्भाशयात (गाभाऱ्यात) मंदिरातील दैवताची प्रतिष्ठापना झाली आहे. ही मंदिरं खरं तर बौद्ध विहारांतील मठांच्या वांझ ब्रह्मचर्यास आव्हान देणारी, प्रणयरम्यता- प्रजननाचे सोहळे रचणारी अभिव्यक्तीच होती. खरं तर हजारो वर्षांपूर्वी म्हणजे विष्णू आणि शिव या पुरुष देवांसाठीची भव्य मंदिरसंकुले उभारण्यापूर्वी, तसंच देवाचं रूप निराकार मानणाऱ्या इस्लामचं आगमन भारतात होण्यापूर्वी भारतात पूर्णतया स्त्रीत्वास वाहिलेली अशी ती मंदिरं अस्तित्वात होती. ती होती योगिनींची वर्तुळाकार मंदिरं.

योगिनींचं छप्पर-रहित वर्तुळाकृती मंदिर

त्यातील काही देवळं अजून टिकून आहेत. त्यातली दोन ओडिशात आहेत. एक भुवनेश्वरजवळील हिरापूर येथे तर दुसरं बोलांगिरजवळील राणीपूर येथे आहे. त्याशिवाय मध्य प्रदेशात तीन देवळं आहेत. एक जबलपूर जवळील बेडाघाट इथे आहे, दुसरं मोरेना जिल्ह्यात ग्वाल्हेरजवळ मितौली येथे आहे आणि तिसरं भग्नावस्थेत खजुराहो येथे वर्तुळाकृती नसलेलं असं देऊळ आहे. खूप पूर्वी काही गूढ कारणांस्तव या मंदिरांचा त्याग करण्यात आला होता. शिव आणि विष्णू यांचे भक्तिमार्गी पंथ निर्माण झाल्याने यांचा नैसर्गिक ऱ्हास झाला होता का? की, ब्रह्मचारी पुरुषांच्या नेतृत्वाखालील वेदान्तिक मठव्यवस्थेने

त्यांना मागे हटवलं होतं? की, अफगाण सेनापती काला पहाड याच्यासारख्या मुस्लीम योद्ध्यांनी ओडिशावर हल्ला केला आणि तेथील बऱ्याच मूर्ती नष्ट केल्या, त्याचा परिणाम झाला होता का? आपण केवळ अंदाजच बांधू शकतो. या मंदिरांचा मागच्या शतकात नव्याने शोध लागला. त्यानंतर उत्खननतज्ज्ञांनी त्यांचं पुनरुज्जीवन केलं. संस्कृत धर्मग्रंथांत या देवतांची माहिती अस्पष्ट आहे. त्यात नावांच्या, गुणवैशिष्ट्यांच्या आणि विधींच्या अगणित याद्या आहेत; परंतु त्यास दुजोरा देणारं पूरक असं पौराणिक साहित्य कमी आहे म्हणजे दुर्गा आणि काली स्त्रीसैन्यास घेऊन युद्ध करण्यास बाहेर पडल्याच्या थोड्याफार कहाण्या आहेत. या स्त्रीसैन्याकडे बऱ्याचदा पुरुष देवांची 'शक्ती' या रूपात पाहिलं जातं. त्या असुरांचं रक्त पितात.

सर्वसाधारणपणे हिंदू मंदिर चौकोनी असतं आणि त्याची उभारणी सरळ रेषात्मक असते. त्यातील दैवत पूर्वाभिमुख असतं; परंतु या वर्तुळाकृती मंदिरांच्या विहिरीसारख्या रचनेचं प्रवेशद्वार पूर्वाभिमुख असलं तरी तिथल्या देवी सर्व दिशांना तोंड करून उभ्या आहेत. हिंदू मंदिरांचं वैशिष्ट्य मानलं गेलेलं विमान किंवा घुमट या ठिकाणी अनुपस्थित असतो म्हणजे या मंदिरांना छतच नसतं असं म्हटलं तरी चालेल. ओडिशातील हिरापूर आणि राणीपूर मंदिरांतल्या योगिनींच्या मूर्ती भिंतीवर कोरलेल्या आहेत आणि त्या मध्यवर्ती गाभाऱ्याकडे तोंड करून आहेत. मध्य प्रदेशातील बेडाघाट आणि मितौली मंदिरातील योगिनी वैयक्तिक स्तंभयुक्त गाभाऱ्यांत उभ्या आहेत; परंतु त्यांचे गाभारे मध्यवर्ती गोल अंगणाकडे तोंड करून आहेत. हिरापूर, राणीपूर आणि जबलपूर येथील मूर्ती तुलनेने अधिक चांगल्या स्थितीत आहेत. खजुराहोत केवळ तीनच मूर्ती टिकून आहेत. मोरेना येथे मूर्तीच नाहीत. कुठल्यातरी टप्प्यावर त्या मूर्ती काढून घेतल्या गेल्या आणि तिथे शिवलिंग ठेवलं गेलं असेल का? कुणालाच नक्की माहिती नाही.

हिरापूर येथील मूर्तींमध्ये वेगवेगळ्या भावमुद्रेतील स्त्रिया दाखवल्या आहेत. काही नृत्य करत आहेत, तर काही धनुष्यबाण आणि त्रिशूळ घेऊन शिकार करत आहेत, काही रक्त किंवा मद्य पित आहेत. काही जणी हातात सूप घेऊन धान्य पाखडत आहेत. बहुतेक स्त्रियांच्या अंगावर दागदागिने आहेत, त्यांची केशरचनाही आकर्षक आहे, तर काही जणींच्या मस्तकाच्या जागी सर्प, अस्वल, सिंह किंवा हत्तीचं मुंडकं आहे. मानवी मुंडकी, पुरुष, कावळा, कोंबडा, मोर, बैल, म्हैस, गाढव, डुक्कर, विंचू,

खेकडा, उंट, कुत्रा यांच्यावर त्या उभ्या आहेत अथवा पाण्यात किंवा अग्निकुंडात उभ्या आहेत. काहींना चटकन ओळखता येतं म्हणजे शरीराने वाळकी चामुंडा, वीणावादिनी सरस्वती, हातात पात्र धरणारी लक्ष्मी तसंच विष्णूच्या अवतारांची स्त्रीरूपंही ओळखता येतात. त्यात नारसिंही आणि वराही आहेत तर इंद्र या वैदिक देवाची इंद्राणीही आहे.

योगिनी जीवनाला होकार देणाऱ्या आहेत हे तर स्पष्टच आहे म्हणजे योगी जीवनाकडे पाठ फिरवत असले तर योगिनी जीवनास सामोऱ्या जाणाऱ्या आहेत. अमरत्वाची आस योग्यांना लागली असेल; परंतु योगिनींना मर्त्यत्वाचं भय नाही. योगी इच्छांवर लगाम घालू इच्छित असतील तर योगिनी इच्छांवरील लगाम धुडकावून देऊ इच्छितात.

चौसष्ट योगिनीच का? पुन्हा – आपण केवळ अंदाजच व्यक्त करू शकतो. कदाचित, अप्सरा आणि त्या काळातील दरबारी गणिका चौसष्ट कलांमध्ये पारंगत होत्या, त्याच्याशी त्याचा संबंध असेल. कदाचित, दिवसाच्या आठ भागांना त्यात वर्णिलं असेल किंवा आठ दिशांना त्यात व्यक्त केलं असेल किंवा मग भारताने शोधून काढलेल्या सारीपाट या खेळातील ते चौकोनही असू शकतील. अर्थात त्याही काळात त्याचा खरा अर्थ खूपच कमी लोकांना माहिती असेल.

या सर्व वर्तुळाकृती मंदिरांत एक मध्यवर्ती मंडपरचना असते. हिरापूर येथे एक रिकामा, छतविहीन मंडप आहे, त्याच्या चार भिंतींवर चार भैरवांच्या आणि चार योगिनींच्या मूर्ती आहेत. राणीपूर येथे मध्यवर्ती गाभाऱ्यात तीन मस्तकी भैरव हे शिवाचं उग्र रूप आहे. मोरेना येथे लिंग आहे. बेडाघाट येथे मंदिर आहे, त्यात सहसा कुठे आढळून न येणारी शिवपार्वतीची नंदीवर बसलेली मूर्ती आहे. ती मूर्ती नंतरच्या काळात तिथे ठेवली गेली असेल का? कारण, शिव मंदिरांत सहसा शिवाची पूजा अमूर्त स्वरूपात (लिंग) केली जाते, ती समूर्त रूपात केली जात नाही.

तांत्रिक परंपरांत देवी समूहरूपात दिसते, तेव्हा तिच्या प्रतिमा वर्तुळात उभ्या न राहता एका सरळ रेषेत उभ्या असल्या तरी त्यांच्यासोबत एक पुरुष म्हणजेच भैरव असतो. तो उग्र स्वरूपात आणि ताठ शिस्नाचा असा बहुशः दाखवला जातो. तो संरक्षक आणि प्रेमिक अशा भूमिकेत असतो. स्त्रिया त्याच्याभोवती कोंडाळं करून असतात, ते का?

महाविद्या या नावाने ओळखला जाणारा देवींचा समूह

सर्वसंगपरित्याग करणाऱ्या संन्याशास स्त्रीरूपास मान्यता देण्याची सक्ती त्यात दिसून येते का? ज्या सृष्टीत प्रत्येक गर्भाशय पवित्र असतं आणि नरांतील केवळ उत्कृष्ट नरालाच महत्त्व असतं, बाकीचे नर टाकून देण्याच्या लायकीचे असतात अशा सृष्टीचं हे चित्रण आहे का? की नंतरच्या काळातील रासलीलेचा हा तंत्रविद्येतील पूर्वावतार आहे? म्हणजे योगिनींचंच रूपांतर रासलीलेत लाजऱ्याबुजऱ्या गोपिकांत झालं आणि उग्र भैरवाचं रूपांतर लाघवी कृष्णात झालं? केवळ अंदाज बांधणंच आपल्या हातात आहे, आणखी काहीही नाही.

मग आपण विचार करू लागतो की, भारत तर या योगिनींना पूर्णपणे विसरून गेला आहे; पण तेवढ्यात आपल्याला कुणीतरी सांगतं की, मितौली येथील वर्तुळाकृती मंदिर पाहूनच ब्रिटिश वास्तुरचनाकारांना भारतीय संसदेची वास्तू बांधण्याची प्रेरणा मिळाली होती. होय, आपली संसद वर्तुळाकृती आहे. तिथं वर्तुळाकृती अंगण आहे आणि तिथं मध्यवर्ती दिवाणखानाही आहे. मात्र सध्या आतमध्ये 'भैरवां'ची संख्या जास्त आहे, त्यामुळे आता योगिनींनी मोठ्या संख्येने तिथं येण्याची वेळ झाली आहे का?

१८

शारदा :
सीमेपलीकडची देवी

हे असं एक मंदिर आहे ज्याला आपण भेट देऊ शकत नाही. आता ते मंदिर स्वरूपात नाही तर भग्नावस्थेत आहे; पण फक्त एवढंच नाही तर ते आता पाकव्याप्त काश्मीरमध्ये ताबारेषेपलीकडे 'किशनगंगा' नदीकाठी आहे. नदीचं नाव अधिक इस्लामी वाटावं म्हणून 'नीलम' असं तिचं नामकरण करण्यात आलं आहे. मात्र हे एक 'शारदा-पीठ' असून, या ठिकाणी सतीच्या शवाचा उजवा हात पडला होता असं म्हणतात. एके काळी हे सरस्वतीचं म्हणजे ज्ञानाच्या देवतेचं मंदिर होतं आणि अभ्यासकेंद्र म्हणूनही प्रख्यात होतं. इथेच शारदा लिपीचा उगम झाला. एके काळी उत्तर भारतातली ही प्रसिद्ध लिपी होती. तिच्यातूनच पुढे पंजाबी आणि शिखांची गुरुमुखी निर्माण झाली. आज मंदिराच्या फक्त चार भिंती उरल्या आहेत, पिरॅमिडच्या आकाराचा मंदिराचा कळस वगैरे काहीही शिल्लक नाही, तसंच अधिक भव्य अशा (परंतु भग्न अवशेषांतील) मार्तंड मंदिराची एक दीन अशी प्रतिकृतीही भारतीय सीमेत उभी आहे.

हे स्थळ अधिक पुरातन असू शकतं; परंतु उत्खननतज्ज्ञांना वाटतं की, मार्तंड मंदिराप्रमाणेच शारदापीठही १३०० वर्षांपूर्वी बांधलं गेलं असावं. ५००

वर्षांपूर्वी सिकंदर बुतशिकनने ते तोडलं. काश्मिरात इस्लाम रुजावा यासाठी त्याने अत्यंत निष्ठुर बळाचा वापर केला होता. सिकंदर याचा अर्थ जेता आणि बुतशिकन म्हणजे मूर्तिभंजक, त्यामुळे या योद्ध्याची पदवी केवळ नावापुरतीच राहिली नाही. फारसी–अरबी भाषेत 'बुद्ध' म्हणजे 'बुत' कारण मुस्लीम मूर्तिभंजक दक्षिण आशियातील हिंदू मूर्तींपर्यंत पोहोचेपर्यंत वाटेतल्या मध्य आशियात त्यांची गाठ असंख्य बौद्ध मूर्तींशी पडली होती. काश्मीरचे महाराज गुलाबसिंह यांनी एकोणिसाव्या शतकात शारदापीठ मंदिराची अंशतः पुनर्बांधणी केली होती; परंतु १९४८ साली पश्तुन टोळीवाल्यांनी त्या स्थळावर हल्ला केला आणि त्या मंदिरातील वर्दळ पुन्हा थांबली. २००५ सालच्या भूकंपात तेथील उर्वरित बांधकामाचं आणखी नुकसान झालं.

इस्लामबद्दल पूर्वग्रह आणि आकस टाळणे तसंच हिंदू वर्चस्ववादास राजकीय खतपाणी न घालणे या उद्देशांनी इतिहासाचे अभ्यासक बऱ्याचदा मुस्लीम योद्ध्यांनी हिंदू मंदिरं तोडल्याच्या घटनांचा फार गाजावाजा करत नाहीत. बरेच जण तर असंही म्हणतात की, त्याबद्दलचे अहवाल अतिशयोक्तीचे आहेत किंवा मग असं म्हणतात की, ती कृत्ये राजकीय असून धार्मिक नव्हती, त्यामुळे ती समजून घेण्यासारखी आहेत किंवा मग काही हिंदू राजांनी त्यांच्या स्पर्धक हिंदू राजांच्या देवळांचा नाश केला होता, असं म्हणून दोन्ही हिंसा एकमेकांजवळ ठेवून त्यांचं महत्त्व कमी करतात.

शारदा देवी मंदिराचे उद्ध्वस्त अवशेष

या दृष्टिकोनामुळे सर्वसामान्य भारतीयाच्या मनातला इतिहासकारांबद्दलचा आदर कमी झाला आहे आणि त्यामुळे ते आता दुसरे टोक गाठू लागले आहेत आणि राष्ट्रवादी लेखकांच्या विवादास्पद, राजकीय लेखनावर आंधळेपणाने विश्वास ठेवू लागले आहेत.

तरीही सरस्वतीचं एक मंदिर काश्मिरामध्ये होतं आणि या प्रदेशास दीर्घकालीन बौद्ध आणि हिंदू इतिहास आहे ही गोष्ट मुळीच लपून राहत नाही. इस्लामच्या आगमनामुळे हा इतिहास झाकोळला गेला. काश्मिरी तरुणांना खिलाफतीच्या आयसिस आवृत्तीचं गौरवीकरण करण्यास उत्तेजन दिलं जातं, सर्व भारतीय गोष्टींचा तिरस्कार करायला शिकवलं जातं; परंतु त्यांनी इस्लामपूर्व वारशाचा गौरव केला पाहिजे आणि तोही लक्षात घेतला पाहिजे, त्यामुळे अरबस्तानातला पूर्वीचा इतिहास जसा पूर्णतया पुसला गेला तसाच हाही पूर्णतया पुसला जाण्याची शक्यता आहे म्हणूनच काश्मीरच्या बिगरइस्लामी वारशाच्या जतनाची जबाबदारी केवळ काश्मिरी पंडितांच्या गळ्यात टाकता कामा नये. त्यांना त्यांच्या मातृभूमीतून हाकलून देण्यात आलं होतं. आता पाकिस्तानी अभ्यासक आणि संस्कृतीबद्दलचे उत्साही जन त्यांच्या इस्लामपूर्व वारशास चिकटून राहण्याचा प्रयत्न करतात खरे परंतु ते करताना, न जाणो, ईश्वरनिंदेचा आरोप आपल्यावर झाला तर काय? ही भीतीही त्यांच्या मनात असते.

शारदासुक्तात शारदेस 'काश्मीरवासिनी' म्हणजे 'काश्मिरमध्ये राहणारी' असं म्हटलं गेलं आहे. बराच काळ काश्मीरचा उल्लेख शारदा-देश म्हणजेच 'ज्ञानाच्या देवतेचा देश' असा होत असे. शारदापीठ हे अभ्यासाचं केंद्रच होतं. असं ऐकिवात आहे की, तिथं जवळ तक्षशीलेसारखंच एक विद्यापीठ होतं. चार मुख्य दिशांना उघडणारी दारं त्या विद्यापीठास होती. साधारण १२०० वर्षांपूर्वी तेथील दक्षिणद्वार आद्य शंकराचार्यांसाठी उघडण्यात आलं. त्यांनी स्थानिक विद्वानांना वेदांचा स्वतःला उलगडलेला अर्थ सांगून विस्मयचकित केलं, तेव्हा तेथील सुप्रतिष्ठित अशा सर्वज्ञानपीठासनावर त्यांना मानाने बसवण्यात आलं. हे खरोखरच घडलं होतं

शारदा माता

का? आपण ठामपणे सांगू शकत नाही. कारण, तसा पुष्टी देणारा पुरावा नाही. शंकराचार्यांच्या बहुतेक जीवनावर गूढतेचा पडदा पडलेला आहे. शिवाय तक्षशीला आणि नालंदा येथे सापडले होते तसे शारदापीठ मंदिराच्या भग्नावशेषांभोवताली विद्यापीठाचे भग्न अवशेषही दिसत नाहीत.

आद्य शंकराचार्यांच्या काश्मीर भेटीशी बऱ्याच दंतकथा जोडल्या गेल्या आहेत. त्यातील एका कथेनुसार एके रात्री त्यांना थंडीचा प्रचंड त्रास झाला. पोटात भुकेची आगही खवळून उठली. कारण, त्यांच्या यजमानांनी त्यांना शिधा, लाकूड आणि पाणी दिलं होतं; परंतु अग्नी काही दिलेला नव्हता. दुसऱ्या दिवशी त्या घरातील गृहिणी त्यांच्यासमोर आली आणि तिने चक्क लाकडावर पाणी शिंपडून अग्नी निर्माण केला, त्यामुळे त्या महान विद्वानाला आकलन झालं की, आपल्याला सगळं काही माहिती नसतं. ही स्त्री म्हणजे देवीचं प्रत्यक्ष रूप होती का? आद्य शंकराचार्यांना नक्कीच तसं वाटलं आणि त्यातूनच त्यांनी देवीची स्तुतीपर काव्ये लिहिली. *सौंदर्य लहरी* आणि *शारदा भजन स्तोत्र* या काव्यांत त्यांनी देवीच्या कर्णफुलांचं वर्णन केलं आहे. कदाचित, काश्मिरी स्त्रियांच्या वैशिष्ट्यपूर्ण 'देझुर' कर्णफुलांचा संदर्भही त्यास असेल – देझुर हे एक अष्टकोनी 'आभूषण' (यंत्र) असतं आणि कानातून एका दोऱ्यावर डुलत खांद्यांवर विसावलेलं असतं. लग्नाच्या वेळेस मातेकडून कन्येकडे जाणारा हा कौटुंबिक वारसाच असतो.

आद्य शंकराचार्य त्यांच्या शिष्यांसहित

आणखी एका कथेनुसार, एकदा देवीच्या मूर्तीच्या मस्तकातून रक्त येऊ लागलं तेव्हा आद्य शंकराचार्यांनी युक्तिवाद केला की, मूर्ती ही केवळ देवीचं

प्रतिनिधित्व करते, तिच्यात देवीची प्राणप्रतिष्ठा झालेली नाही. त्यानंतर आद्य शंकराचार्यांनी आपलं वस्त्र फाडून त्याचं फडकं मूर्तीच्या मस्तकास बांधल्यावर रक्त यायचं थांबलं. काश्मिरी स्त्रिया पारंपरिक 'तरंगा' रुमाल मस्तकास बांधतात तो रुमाल म्हणजेच शंकराचार्यांनी बांधलेलं हे फडकं असं म्हटलं जातं.

साधारण १४०० वर्षांपूर्वी म्हणजे आद्य शंकराचार्यांच्या अगोदर या मंदिर/विद्यापीठास सुप्रसिद्ध चिनी बौद्ध पंडित ह्यूएनत्संग यानं भेट दिली होती. तेव्हा हे विद्यापीठ प्राचीन बौद्ध पंडित नागसेन यांच्याशी संलग्न असावं. तसंच काश्मिरी पिता आणि चिनी वंशीय माता असलेले मिलिंद आणि कुमाराजीव हेही तिथं त्यांच्यासह अभ्यास करत होते. १००० वर्षांपूर्वी होऊन गेलेला अरब इतिहासकार अल-बिरुनी याने या मंदिराचा आणि येथील मूर्तीचा उल्लेख केला आहे, तसाच तो उल्लेख कल्हणाने ८०० वर्षांपूर्वी लिहिलेल्या ऐतिहासिक *राजतरंगिणीमध्येही* केला आहे. वेदान्तावरील भाष्य लिहिण्यापूर्वी रामानुजाचार्यांनी या मंदिरास भेट दिली होती, तसंच जैन विद्वान हेमचंद्र यांनी व्याकरणावर ग्रंथ लिहिण्याआधी या मंदिरात संग्रहित व्याकरणात्मक लेखनाचं वाचन केलं होतं.

शारदेची मूर्ती कशी दिसत होती, ते आपल्याला माहिती नाही. काहींच्या म्हणण्यानुसार, मूळ प्रतिमा लाकडाची होती. नंतर तिच्या जागी पाषाणातील मूर्ती आली, ती मूर्ती आद्य शंकराचार्यांनी कर्नाटकात शृंगेरी येथे आणलेल्या शारदेच्या मूर्तीसारखी होती. त्या देवीप्रतिमेला चार हात आहेत, त्यांपैकी एका हातात ती पोपट (पार्वतीचं प्रतीक) दुसऱ्या हातात पात्र (लक्ष्मीचं प्रतीक), तिसऱ्या हातात पुस्तक (सरस्वतीचं प्रतीक) आणि चौथ्यातून ज्ञानदान देत आहे असं प्रतीत होतं. तरीही शारदेकडून मिळणारं सर्वांत महान ज्ञान कोणतं असेल तर ते म्हणजे, भूतकाळात हिंसा का झाली, कशी झाली यांचा विचार करताना त्यांचा विपरीत परिणाम वर्तमानकालीन अथवा भविष्यातील शांततेवर होता कामा नये हाही विचार करण्याचं ज्ञान!

५

इस्लामी युग
(८०० वर्षांपासून)

भारतातील बौद्ध धर्माचं स्थान गुप्त राजांच्या आश्रयाखालील मंदिराधारित हिंदू धर्म घेऊ लागला होता. त्याच सुमारास अफगाणिस्तानातील बौद्ध धर्माची जागा जरथुश्त्रीचा (पारशी) धर्म घेऊ लागला होता. जरथुश्त्रीचा धर्म हा पुरातन इराणी धर्म होता. त्याचं पुनरुज्जीवन ससानियन राजांनी केलं होतं. जेव्हा अग्निपूजक सॅसॅनिडी आणि नुकतेच ख्रिश्चन धर्म स्वीकारलेले रोमन यांच्यात लढाया होत होत्या. त्याच सुमारास सहाव्या शतकात अरबस्तानात एका नव्या धर्माचा उदय झाला. त्याचं नाव होतं इस्लाम. 'अल्ला' या एकमेव खऱ्या देवाच्या शब्दाला शरण जा, अशी इस्लामची मागणी होती. अल्लाने आपला संदेश मुहंमद या अंतिम प्रेषिताच्या तोंडून वदवला होता. या धर्माने अरब द्वीपकल्पातील आपापसात लढणाऱ्या जमातींना एकत्र केलं आणि मग त्याचा सर्वत्र वेगाने प्रसार होऊ लागला. त्यानं सॅसॅनिडी घराण्याला राजेपदावरून बाजूला फेकून दिलं, जरथुश्त्री धर्मावर कुरघोडी करून संपूर्ण पर्शियाला आपल्या कवेत घेतलं.

अरब व्यापाऱ्यांच्या माध्यमातून या नवीन धर्माची ओळख किनारपट्टीवरील भारतास झाली. भारतातील गुजरात, कर्नाटक, केरळ, तमिळनाडू येथे असे बरेच मुस्लीम समाज आपल्याला दिसतात, ज्यांची पाळंमुळं या प्राचीन मुस्लीम सागरी प्रवाश्यांमध्ये आहेत. हे अरब प्रवासी मोसमी वाऱ्यांनुसार जहाजं वळवायला शिकले होते. भारतातील मसाले आणि वस्त्रे विकत घेण्यासाठी ते रोमन सोनं घेऊन येत होते. खरं तर

जगातील पुरातन मशिदींपैकी एक मशीद केरळमध्ये असून, ती १४०० वर्षांपूर्वी पैगंबरांच्या जीवनकाळातच बांधली गेली होती असं म्हटलं जातं. त्याच्या २०० वर्षं अगोदर केरळात पहिले सिनॅगॉग (ज्यूंचे मंदिर) ज्यू व्यापाऱ्यांनी बांधलं होतं आणि त्याच्या ३०० वर्षं अगोदर म्हणजे ख्रिश्चन धर्म रोमला पोहोचण्यापूर्वीचं पहिलं चर्च केरळातच बांधलं गेलं होतं. या सगळ्यातून तिथं व्यापार, सर्वसमावेशकता आणि सहिष्णुता यांची संस्कृती नांदत होती हेच सिद्ध होतं. जोपर्यंत येणारे लोक 'जाती संकल्पनेस' मान्यता देत होते, तोपर्यंत सर्वांचं तिथे स्वागतच होतं (जाती संकल्पना म्हणजे असे व्यवसायाधारित समाज जे जमातीसारखं कार्य करायचे आणि एकमेकांशी रोटी-बेटी व्यवहार कधीही करायचे नाहीत).

साधारण ८०० वर्षांपूर्वी मध्य आशियाई जमातींतील, नुकताच इस्लाम धर्म स्वीकारलेले लढवय्ये वायव्येकडून भारतात घुसले. गतकाळातील ग्रीक, पर्शियन, सिथियन, पार्थियन, कुशाण आणि हुण हे लोक स्थानिक संस्कृतींत मिसळून गेले तसे हे लढवय्ये मिसळून गेले नाहीत. त्यांनी स्वतःची संस्कृती स्थापन केली, बरीच स्थानिक मंदिरं उद्ध्वस्त केली, जुन्या राज्यव्यवस्थांच्या जागी नव्या राज्यव्यवस्था आणल्या आणि भारताच्या सांस्कृतिक वस्त्राची वीणच नाट्यपूर्णरीत्या बदलून टाकली. ते दक्षिणेस मदुराईपर्यंत आणि पूर्वेस पुरीपर्यंत पोहोचले. त्यांनी दिल्ली, दक्षिणेतील गुलबर्गा आणि बंगाल येथे सल्तनत स्थापन केल्या. या सगळ्या राज्यांच्या जागा हळूहळू सर्वांना कवेत घेणाऱ्या मोगल साम्राज्याने घेतली. या मोगल साम्राज्याचं धोरण तुलनेनं सर्वसमावेशक होतं. कारण, त्यांचे बहुतेक दरबारी मूळ हिंदू वंशाचे होते.

या कालखंडापर्यंत 'हिंदू' हा शब्द फक्त परकीय लोकच 'भारतवर्ष' या भागास उद्देशून वापरायचे; परंतु परक्या भूमीवरून आलेल्या 'तुरुक धर्मा'पेक्षा स्थानिक जीवनसरणी वेगळी आहे हे दर्शवण्यासाठी या काळातले भारतीय राजे 'हिंदू धर्म' असा शब्द अधिकाधिक वापरू लागले.

१९

उदवाडा : देवांचा अग्नी

स्थानिक स्तरावर 'गोधा' म्हणून ओळखले जाणारे पुरुषी मस्तकांचे अजस्र, पंखधारी बैल 'अग्यारी'च्या प्रवेशद्वाराशी उभे असतात. गुजराती भाषेत 'अग्यारी' म्हणजे पारशी लोकांचं अग्निमंदिर. या बैलांना पारशी विद्वान मंडळी 'लम्मसू' म्हणून ओळखतात. पुरातन काळात सुमेरिया, ॲसिरिया, बॅबिलोनिया, पर्शिया आणि मेसोपोटेमिया येथील मंदिरे आणि राजवाडे यांचे संरक्षक हेच तर पुराणकालीन बैल होते. आज मुंबईमधील आणि गुजरातमधील काही भागांत ते एका जित्याजागत्या धर्माचा भाग म्हणून अस्तित्वात आहेत – जरथुश्त्री धर्म हा पारशी लोकांनी जिवंत ठेवला, त्यांचे पूर्वज इराणमधून म्हणजे (पुरातन पर्शिया किंवा पर्समधून) भारतात हजार वर्षांपूर्वी स्थलांतरित झाले. मला अग्यारीत जाऊन तिथं आत काय चालतं हे बघायची नेहमी उत्सुकता वाटते. तो पवित्र अग्नी ते कसा पेटताच ठेवतात? त्याची पूजा कशी करतात? हे पाहावंसं वाटतं; परंतु मी तसं करू शकत नाही कारण फक्त पारशी लोकांनाच आत जायची मुभा आहे आणि तुम्हाला पारशी धर्मातच जन्म घ्यावा लागतो; तुम्ही नंतर पारशी बनू शकत नाही.

पारशी लोकांनी आपल्या धर्माचं रक्षण व्हावं म्हणून अशी बंदी घातली का? ज्या हिंदूंनी त्यांना आश्रय दिला, त्यांच्याकडून त्यांनी लोकांना दूर ठेवण्याच्या श्रद्धा घेतल्या का? ते इराणमध्ये असल्यापासूनच या प्रथा त्यांच्या धर्माचा भाग होत्या का? दहाव्या शतकातील पहलवी ग्रंथ द *बुंडाहिस्न* यात विश्वनिर्मितीबद्दलचे जरथुश्त्राचे विचार मांडले आहेत. समाजाची चौपदरी विभागणी झाली आहे, असा त्यात संदर्भ आहे म्हणजेच त्यात पुरोहित, योद्धे, शेतकरी, कारागीर अशी वैदिक संस्कृतीशी साधर्म्य दाखवणारी चातुर्वर्ण्य व्यवस्था आहे. जातिव्यवस्थेच्या मुळाशी हीच तर चातुर्वर्ण्य व्यवस्था आहे.

त्याहूनही जुना ग्रंथ 'अवेस्ता'. भारतीय वेदांचं या ग्रंथाबरोबर खूपच साम्य आहे. दोन्हीही साधारण ४००० वर्षांपूर्वी रचले गेले आहेत, त्यामुळे आघाडीचे विद्वान निष्कर्ष काढतात की, या दोन्ही एकाच 'आर्य' वृक्षाच्या शाखा असाव्यात. या ठिकाणी 'आर्य' या शब्दास कुठलाही वेगळा अर्थ चिकटला नसून, तो एका 'भाषा गटा'चा उल्लेख या अर्थाने येतो. एखादा वंश किंवा जमात म्हणून नव्हे. युरो-अमेरिकन विद्वानांत या विषयावर भरपूर वाद झडतात. कारण, ते प्रतिपादन करतात की, ही भाषा मध्य आशियातून पूर्वेस (इंडो-इराणी शाखा म्हणून) आणि पश्चिमेस (युरोपियन शाखा म्हणून) गेली, तर भारतीय विद्वान युक्तिवाद करतात की, इंडो-युरोपियन भाषावृक्षाची मुळं भारतात भक्कमपणे रोवलेली आहेत. या भाषावृक्षाच्या पूर्वेस गंगेचा मैदानी प्रदेश आहे तर पश्चिमेस युरोप आणि इराण आहे. मात्र या ठिकाणचे वाद व्यासंगी पातळीवर असण्याऐवजी राजकीयच अधिक असतात.

भारतीय शाखा आणि इराणी शाखा यांच्यातील फरक खूपच मोठे आहेत. भारतीय शाखा देवांना 'सुर' मानते, तर इराणी शाखा देव या शब्दासाठी 'असुर' या (देवविरोधी) शब्दाचा वापर करते.

जरथुश्त्री अग्निमंदिर

पुराणातील या असुर शब्दानेच 'अहुरा' या शब्दास जन्म दिला आहे. पारशी धर्मात 'अहुरा' म्हणजे दैवी. म्हणूनच देवाचा उल्लेख 'अहुर मज्द' असा केला जातो. भारतीय शाखा ही बहु-ईश्वरवादी आहे तशीच ती एकेश्वरवादीही आहे. म्हणजे 'ही सगळी एकाच देवाची अनेक रूपं आहेत' असं ती मानते, तर इराणी शाखा ही पूर्णतया एकेश्वरवादीच आहे. त्यात अनेक अर्ध-देव अथवा देवदूत असतात. ते देवाची सेवा करतात. इराणी शाखा 'जरथुश्त्र' नावाच्या एका प्रेषिताबद्दल बोलते, तसंच 'अंग्रो-मइन्यू' नावाच्या सैतानाबद्दल बोलते. स्वर्ग-नरक-निवाड्याचा दिवस याबद्दलही बोलते. याच संकल्पनांवर नंतर ज्यू, ख्रिश्चन, इस्लाम धर्मांची स्थापना झाली आणि आता ते अब्राहमिक पुराणांचे महत्त्वाचे घटक बनले आहेत. यामुळेच आता पाश्चात्त्यांच्या जगाकडे बघण्याच्या दृष्टिकोनामागील प्राथमिक स्रोतांत जरथुश्त्री धर्माची गणना होते. पारशी धर्मात देवाला कुठलाही आकार दिलेला नाही. कित्येक शतकं त्या दैवी स्वरूपाचं प्रतिनिधित्व करण्यासाठी आकाश, तारे, सूर्य आणि चंद्र, पाणी आणि अग्नी यांचा म्हणजे वेगळ्या शब्दांत सांगायचं तर सृष्टीच्या मूळ तत्त्वांचा वापर केला जात होता; परंतु साधारण २००० वर्षांपूर्वी भारतात पाषाणाची मंदिरं बांधली जाऊ लागली आणि त्यात देवतांच्या मूर्ती ठेवल्या जाऊ लागल्या आणि जरथुश्त्री धर्माचे लोक अग्निमंदिरं बांधू लागले.

ग्रीकांशी लढणाऱ्या अखेमेनीड राजांनी, रोमनांशी लढणाऱ्या पार्थियन राजांनी आणि बायझंटायीन साम्राज्याशी लढणाऱ्या ससानियन राजांनी जरथुश्त्री धर्मास आश्रय दिला. त्यानंतर साधारण १३०० वर्षांपूर्वी अरबस्तानात इस्लामचा उदय झाला. प्रेषित मुहंमद हा सर्व अशुद्धी नष्ट करून खराखुरा धर्म जगात आणणारा शेवटचा प्रेषित म्हणून घोषित करण्यात आला. मग... त्याचे अनुयायी पर्शियात घुसले, त्यांनी जुनी राजवट उलथवून लावली, पुरातन धर्माचं उच्चाटन केलं. इराणातील यझत येथे पीर-ए-सब्ज नावाची पर्वतीय गुहा आहे. तिथं शेवटच्या झरतृष्टी राजाच्या मुलीनं आश्रय घेतला होता असं म्हणतात. या स्थळाला 'चकचक' असं नाव आहे. 'टपाक टपाक' अशा अर्थाचा हा इराणी शब्द आहे. गुहेतल्या गुहेतच पाण्याचा झरा वाहतो, त्याला उद्देशून हा शब्द वापरण्यात आला आहे. ओसाड रखरखीत भूमीच्या मध्यावरील तो पाण्याचा झरा पाहून जणू एका वैभवशाली युगाचा अस्त झाला म्हणून शोकाकुल पर्वतानेच अश्रू ढाळले होते, अशी पारशी लोकांची श्रद्धा आहे.

आठव्या शतकात निर्वासितांचा एक गट इराणमधून गुजरातच्या किनाऱ्यावर आला. त्यांनी तिथं आश्रय मागितला. स्थानिक राजाने त्या भेटीत दुधाने काठोकाठ भरलेल्या एका पात्रात एक खडा टाकला. तेव्हा दूध बाहेर सांडलं. ते दाखवून राजा म्हणाला की, माझ्या राज्यात आणखी लोकांना सामावून घेण्यास जागा नाही, तेव्हा निर्वासितांच्या नेत्याने त्याच दुधाच्या भांड्यात साखर घातली तेव्हा दूध ओसंडून वाहिलं नाही. उलट साखरेमुळे गोड झालं, तेव्हा राजा हसला आणि त्यानं त्या निर्वासितांना आपल्या राज्यात राहायची परवानगी दिली, फक्त त्यांनी हिंदू चालीरिती पाळाव्यात असं सांगितलं. याचा अर्थ जातींचे नियम पाळणं हा होता म्हणजेच दुसऱ्या समाजात आपल्या मुली द्यायच्या नाहीत की दुसरीकडून त्या आणायच्या नाहीत असाही अर्थ होताच. या प्रथेच्या स्वीकारामुळे आजमितीला एखाद्या पारशी व्यक्तीने बिगरपारशी व्यक्तीशी लग्न केलं, तर तो बिगरपारशी जोडीदार अग्यारीत जाऊ शकत नाही. पारशी लोकांची घटती संख्या पाहून उदारमतवादी आणि कर्मठ पारशी यांच्यातला हा मोठ्या वादाचाच मुद्दा होतो. सध्या जगभरात लाखभराहून थोडे कमीच पारशी आहेत.

जातीच्या नियमांचा अर्थ असा की, जे पारशी धर्मात जन्मले तेच अग्यारीत जाऊ शकतात. बऱ्याच हिंदू मंदिरांतही हीच प्रथा आहे, त्यामुळे अग्यारीच्या आत काय आहे ते बघायचं असल्यास बाकीच्या लोकांना इराणमध्ये यझत येथे जावं लागेल. तिथे काचेच्या भिंतीआडून पवित्र अग्नी दिसतो. भारतातल्या पारश्यांनी दिलेल्या देणग्यांतून १९३४ साली ही काचेची भिंत बांधण्यात आली आहे, त्यामुळे १५०० वर्षांहून अधिक काळ इराणमध्ये सातत्याने जळत राहिलेल्या त्या अग्नीस घर मिळालं आहे.

जरथुश्त्री धर्मातील संरक्षक आत्मा

जरथुश्त्री धर्मात अग्नी केंद्रवर्ती असतो. तो विशुद्धता आणि जीवनाचं प्रतीक असतो. अग्नी प्रज्वलनात किती पुजारी सहभागी झाले होते, किती सुक्ते म्हटली होती, प्रतिष्ठापना सोहळ्याचा अवधी किती होता आणि

अग्नीचा स्रोत काय होता, यानुसार अग्नीच्या एकूण तीन श्रेणी ठरतात. 'व्हिक्टोरियस' किंवा 'आतश्-ए-बेहराम' या नावाने ओळखला जाणारा अग्नी सर्वांत पवित्र असतो. त्याची निर्मिती सोळा अग्निस्रोतांनी केली जाते. त्या सोळा स्रोतांत विजेचा लोळ, भट्ट्या, चुली आणि दहन संस्कार करताना निर्माण झालेला अग्नी असे वेगवेगळे प्रकार असतात. त्यात ३२ पुजाऱ्यांचा सहभाग असतो आणि त्याचा प्रज्ज्वलन सोहळा जवळ जवळ वर्षभर चालतो. सध्या असे एकूण नऊ 'व्हिक्टोरियस' किंवा 'आतश्-ए-बेहराम' अग्नी आहेत. त्यातील एक इराणमध्ये तर उर्वरित सर्व भारतात आहेत.

भारतातलं पहिलं 'आतश्-ए-बेहराम' अग्निमंदिर संजाणमध्ये म्हणजे पारश्यांनी भारतात ज्या ठिकाणी पहिली वस्ती केली तिथं बांधण्यात आलं. पुरातन इराणमधील 'द ग्रेट फायर्स'च्या काळातील राखेवर हे मंदिर उभारण्यात आलं होतं (ग्रेट फायर्सच्या काळातील राख म्हणजे विश्वनिर्मितीच्या काळातील राख असं मानलं जातं). या अग्नीस 'इराण शहा' असं नाव आहे. या अग्नीची देखभाल करणाऱ्या राजांच्या स्मरणार्थ ते नाव दिलं गेलं. सुलतान मुहंमदाच्या हल्ल्यांमुळे तेराव्या शतकात हे 'अग्निमंदिर' तिथून हलवण्यात आलं. सरतेशेवटी त्यास गुजरातमधील 'उदवाडा' येथे स्थान मिळालं. मुंबईत चार 'आतश्-ए-बेहराम' अग्यारी आहेत. या सर्व अठराव्या आणि एकोणिसाव्या शतकांतल्या पारशी समाजातील नेत्यांनी उभारलेल्या आहेत. पोर्तुगीज आणि ब्रिटिश व्यापाऱ्यांशी भागीदारी करून त्या पारश्यांनी व्यापारात यश मिळवलं होतं. त्यांनीच मुंबईस व्यापारी केंद्र म्हणून उदयात आणण्यात महत्त्वाची भूमिका बजावली (मुंबईस त्या काळात बॉम्बे अथवा गुड-बे असं म्हटलं जायचं).

पारशी लहान मुलांचा 'नवज्योत' हा पवित्र धागाबंधन संस्कार आणि 'लगन' समारंभांत आलिशान पार्टी ही तर असतेच. पारशी नसूनही मी अशा बऱ्याच भोजनसमारंभांचा आस्वाद घेतला आहे; परंतु वर उल्लेख केल्यानुसार अग्यारीत मात्र कधीही प्रवेश केलेला नाही आणि तिथं काय चालतं याची मला नेहमीच उत्सुकताही वाटत आलेली आहे. मी ऐकलं ते असं आहे की, अग्यारीत प्रवेश करण्यापूर्वी पारशी हात आणि तोंड धुतात, डोक्यावर टोपी किंवा रुमाल बांधतात. त्यानंतर लहानपणापासून शिकलेल्या विशिष्ट प्रार्थना म्हणत पवित्र धागा (कुस्ती) बांधतात. हिंदू-मुसलमानांप्रमाणे पारशी लोक पवित्र ठिकाणी पादत्राणे काढत नाहीत. कारण, त्यांना जमिनीस थेट

स्पर्श करायचा नसतो. जमिनीला थेट स्पर्श होण्याने कुस्ती विधींमध्ये विघ्न येतं. पादत्राणे फक्त मधल्या दालनात काढली जातात, तिथे घातलेल्या गालिच्यामुळे तळपायांचा स्पर्श जमिनीस होत नाही. या दालनात श्रद्धाळू लोक मंत्र म्हणत पवित्र अग्नीला वंदन करतात आणि दिवसाच्या वेळेनुसार त्या त्या दिशेस तोंड करून; परंतु अग्नीस पाठ दाखवली जाणार नाही अशा तऱ्हेने प्रार्थना करतात. या ठिकाणी कपाळाला लावायला भस्म दिलं जातं परंतु अग्यारीतून बाहेर जाताना ते काढून टाकायचं असतं. तिथं एका फडताळात अग्नीस वाहण्याची चंदनी लाकडं ठेवलेली असतात. नंतर पुजारी ती गोळा करतात. सगळ्यात आतल्या दालनात पवित्र अग्नी सदैव पेटता ठेवतात. या दालनात पुजारी सोडून अन्य कुणीही जायचं नसतं. ते दिवसरात्र या अग्नीची देखभाल करतात आणि एका दिवसाचे एकूण पाच भाग करून त्या प्रत्येक वेळेस पवित्र गेह सुक्ताचं पठण करतात.

जरथुश्त्रीच्या धर्मातील पवित्र अग्नी

जेव्हा जेव्हा मी एखाद्या अग्यारीवरून जातो, तेव्हा माझी नजर तिथल्या पंखवाल्या देवदूताच्या तबकडीकडे जाते. त्या देवदूतास 'फरवर' अथवा 'फरोहर' असं म्हटलं जातं. तो प्रवेशद्वाराच्या कमानीवर असतो. 'सुव्यवस्था आणि न्याया'शी जोडलेल्या पुरातन इजिप्तकालीन पंखयुक्त सूर्य-तबकड्यांवरून ही संकल्पना घेण्यात आली. संरक्षक देवदूत आणि दैवी कृपा यांचे हे सर्वांत आद्य प्रतीक आहे. भारत सध्या एका मोठ्या बौद्धिक, आर्थिक आणि राजकीय वादळातून जात असताना या दोन्ही गोष्टींची त्याला गरज आहे असं वाटतं.

२०

श्रीरंगम् :
मुस्लीम सहचरी

चेन्नईपासून सहा तास मोटार प्रवास करून आणि वाटेत कावेरी नदीवरील पूल ओलांडून आपण श्रीरंगम् येथे येतो. श्रीरंगम् हे कावेरी नदीतील तीन बेटांपैकी एक बेट. इथं रंगनाथस्वामी म्हणजेच नारायण उर्फ शेषशायी विष्णूच्या प्रतिमा आहेत. अन्य दोन बेटं म्हणजे, कर्नाटकातील श्रीरंगपटण आणि शिवसमुद्रम्. श्रीरंगम् येथे सात समकेंद्री बंदिस्त भागांत (प्राकारांत), भव्य गोपुरांसह उंच भिंतींच्या आत हे मंदिर वसलेलं आहे, त्याचं विमान म्हणजे कळस सोन्याचा आहे. मंदिरात आपल्याला शेषशायी नारायणाच्या रूपात विष्णू दिसतो. स्थानिक लोक त्यास रंगनाथ म्हणतात. 'आदिशेष' नागाच्या पाच फण्यांच्या वेटोळ्यावर तो आडव्या स्थितीत आहे.

मी दर्शन घेतलं, तेव्हा काळ्या पाषाणातील ती मूर्ती छान चकाकत होती, हात आणि पाय सोन्याने मढवलेले असूनही सजवल्यासारखी वाटत नव्हती. तिथं एकही फूल वाहिलेलं दिसत नव्हतं. का? तेव्हा पुजाऱ्यांनी मला सांगितलं की, 'मागील काही दिवस देव आपल्या वाहनावर आरूढ होऊन शहरभर फिरलाय, त्यामुळे त्याच्या थकल्या-भागल्या अवयवांना

विश्रांती म्हणून त्यास आम्ही तेलानं मर्दन केलं आहे.' देवाचं हे असं मनुष्यात रूपांतरण हिंदू मंदिरांत – खास करून विष्णू मंदिरांत बऱ्याचदा आढळून येतं. ओडिशातील पुरी येथे आणि राजस्थानातील नाथद्वारा येथेही हा प्रकार आपल्याला दिसून येतो.

श्रीरंगम्चे मंदिर

पारंपरिकरीत्या मंदिरांतील देवता पूर्वाभिमुख असतात; परंतु रंगनाथ दक्षिणाभिमुख आहे. असं का? ही मूर्ती अयोध्येचा राजा राम याचं कुलदैवत होती. त्यानं ती लंकेचा राजा विभीषण यास भेट दिली. विभीषणाने ती लंकेला घेऊन जाणं अपेक्षित होतं; परंतु तो वाटेत श्रीरंगम् येथे थांबला. खूप थकल्यामुळे त्यानं मूर्ती जमिनीवर ठेवली, तेव्हा त्या मूर्तीने पुढे जाण्यास नकार दिला. जेव्हा विभीषणाने देवाला विनंती केली तेव्हा रंगनाथाने मान्य केलं की, मी दक्षिणेच्या दिशेने शयनावस्थेत राहीन आणि विभीषणावर व त्याच्या लंकावासी प्रजेवर सदैव कृपादृष्टी ठेवेन. आपल्या पत्नीला, सीतेला मुक्त करण्यासाठी एके काळी राम लंकावासीयांशी लढला होता. कारण, लंकेचा आधीचा राजा आणि विभीषणाचा वडील बंधू रावण याने सीतेला पळवून नेलं होतं; परंतु लढाई संपल्यावर, सीतेची सुटका केल्यावर रामात आणि सामान्य लंकावासीयांत वैर राहिलं नव्हतं. एवढंच नव्हे तर युद्ध काळातही ते नव्हतं म्हणजे रंगनाथ आपल्या प्रिय पत्नीला आपल्यापासून हिरावून नेणाऱ्यास शिक्षा करत असतानाही हे प्रेम नाहीसं झालेलं नव्हतं.

श्री वैष्णव या ब्राह्मण शाखेच्या उपासनेला दिशा देणाऱ्या १०८ दिव्यदेशममध्ये (विष्णू मंदिरांमध्ये) 'श्रीरंगम् मंदिर' सर्वांत आघाडीवर

आहे. मंदिराचे पहिले आचार्य आदरणीय नाथमुनी होते. रामानुजाचार्यांनी या मंदिराची संस्था जवळ जवळ ९०० वर्षांपूर्वी उभारली होती. रामानुजाचार्य त्यांच्या बुद्धिकौशल्यासाठी (त्यांनी वेदान्ताची गाठ भक्तीशी घालून दिली) आणि प्रशासनकौशल्यासाठी (त्यांनी मंदिरातील विधी आणि व्यवस्था यांचे नियम आखले) प्रसिद्ध होते. मंदिराप्रमाणेच ते सांभाळणारी संस्था आजही समृद्ध स्थितीत आहे. तिथं लाखो भक्त येतात, रामानुजांच्या प्रतिभाशक्तीची साक्ष त्यातूनच मिळते.

सर्व पंथांप्रमाणेच श्री वैष्णव पंथातही वेगवेगळे उपपंथ आहेत. तिथल्या राजकारणाचा बाहेरच्या लोकांना अर्थच कळत नसला तरी अनुयायांत मात्र त्यामुळे उत्कट भावना जागृत होतात. म्हणजे उत्तर वदकलै पंथाचे लोक कपाळावर इंग्रजी 'यू' अक्षराच्या आकाराचे गंध रेखतात. ते म्हणतात की, माकडाचे पिल्लू जसे आईला चिकटून बसते तसे भक्तांनी देवाला चिकटून बसलं पाहिजे. दक्षिणेच्या तेनकलैंचा त्यांना विरोध आहे. ते इंग्रजी 'वाय'च्या आकाराचे गंध कपाळावर रेखतात. त्यांचं म्हणणं आहे की, मांजर जशी तिच्या पिल्लांची काळजी घेते तसा देव आपली काळजी घेईल, असा भक्तांनी विश्वास ठेवला पाहिजे.

दोन्ही उपपंथ रामानुजांची भक्ती करतात. त्यांचंही मंदिर मोठ्या मंदिर संकुलात बांधलं आहे. ज्या स्थानी त्यांचा मर्त्य देह पुरला, त्या स्थानावर रामानुजाचार्य बसले आहेत, असं त्या मंदिरातील प्रतिमेत दाखवलं आहे (सहसा मंदिर संकुलात अशा प्रतिमा नसतात). काही जणांची श्रद्धा आहे की, ती मूर्ती म्हणजेच त्यांचं मर्त्य शरीर असून चंदन-केशराच्या खास लेपाने ते टिकवून ठेवलेलं आहे.

कथा अशी आहे की, मलिक कफूर नावाच्या मुस्लीम आक्रमकाने मंदिरावर हल्ला करून ते लुटलं, तेव्हा त्यानं तिथलं सोनं, दागिने यांच्यासह रंगनाथाची उत्सवमूर्तीही

रंगनाथस्वामी

दिल्लीला नेली. मूर्तीतील सोन्यासाठी खरं तर ती वितळवलीच गेली असती; परंतु कफूरची मुलगी 'सुरतनी' त्या मूर्तीच्या प्रेमात पडली आणि तिनं ती स्वतःकडे ठेवून घेतली. मग तमिळनाडूतील कलावंताच्या एका निधड्या गटाने सुलतानासमोर गाणी गाऊन आणि नृत्य करून त्याचं मनोरंजन केलं आणि मोबदला म्हणून ती मूर्ती मागितली, तेव्हा मलिक काफूरने ती लगेचच देऊन टाकली. आपल्या मुलीचं मूर्तिवेड फारच वाढत चालल्यामुळे तो हैराणही झाला असावा.

पुजारी म्हणून सोंग घेतलेल्या कलावंतांच्या दृष्टीने ती मूर्ती म्हणजे साक्षात भगवंतच होता. त्यांनी मोठ्या प्रेमाने ती मूर्ती मंदिरात परत केली; परंतु त्या शहजादीच्या दृष्टीने तो बाहुला तिचा प्रियकर होता, त्या मूर्तीत जे काही होतं त्याच्या ती प्रेमात पडली होती म्हणून तिनं दिल्ली सोडली आणि एवढा सगळा प्रवास करून श्रीरंगम्‌ला आली. मंदिराच्या पायऱ्यांवरच तिनं प्राणत्याग केला. रंगनाथाने आपल्या पुरोहितांना स्वप्नात येऊन सांगितलं की, त्या मुस्लीम शहजादीच्या सन्मानार्थ मंदिर बांधा. मग तिचं नाव 'बिबी तुलक नचियार' ठेवण्यात आलं आणि या मुस्लीम नवरीचं चित्र मंदिर संकुलातील तिच्या मंदिरात लावण्यात आलं. दर वर्षी तिचा विवाह रंगनाथाशी थाटामाटाने आणि भक्तिभावाने लावून दिला जातो.

आता ही कथा इतिहास (म्हणजे वस्तुनिष्ठ सत्य) आहे की मिथक (म्हणजे व्यक्तिनिष्ठ सत्य) आहे की कल्पनारम्य कथा (म्हणजे कुणाचंच खरं नाही अशी) की दंतकथा (म्हणजे कुठल्यातरी ऐतिहासिक सत्यावर अंदाजे आधारित अशी) आहे? आपण त्यावर अखंडपणे वाद घालू शकतो; परंतु त्या मागील भावनेकडे बघा – ज्याची सुरुवात हिंसेने झाली (मुस्लीम राजाने हिंदू मंदिराचा केलेला विध्वंस) त्याचा शेवट (एका हिंदू देवाचं मुस्लीम राजकन्येशी लग्न) प्रेमाने झाला. यामुळेच हिंदू धर्म एकमेवाद्वितीय ठरतो. म्हणजे (पुरोगामी, शुद्धतेचा आग्रह धरणाऱ्या, मुस्लिमद्वेष्ट्या हिंदूंचा) आतून आणि (पुरोगामी, शुद्धतेचा आग्रह धरणाऱ्या, हिंदूद्वेष्ट्या मुसलमानांचा) बाहेरून प्रखर विरोध असूनही पर्यायी विचारांना आलिंगन देण्याची आणि त्यांचाही समावेश करून घेण्याची ही क्षमताच हिंदू धर्माला एकमेवाद्वितीय बनवते. दररोजचा नाश्ता अगोदर रंगनाथाच्या मुस्लीम पत्नीला *दिल्यानंतर* तोच लोणीसाखरेच्या रोटीचा नाश्ता खाताना रंगनाथ हसून सगळ्याच पक्षांचा समतोल राखतो. मंदिर–कथांनुसार रोटी हे मुस्लीम

अन्न आहे. परंपरेनुसार दक्षिण भारतीय मंदिरांतील विष्णूला फक्त भाताचा नैवेद्य दाखवतात. तिच्या आनंदासाठी तो पारंपरिक हिंदू धोतराऐवजी कधी कधी मुस्लीम लुंगीही परिधान करतो.

श्रीविष्णूंच्या मंदिरांत तमिळ भक्तिकाव्याला खूपच महत्त्व देण्यात येतं. आळवार या नावाने ओळखल्या जाणाऱ्या स्थानिक संतकवींनी रचलेल्या ४००० *दिव्य प्रबंधम्* या गीतांना वैदिक सूक्तांपेक्षा इथं अधिक महत्त्व असतं. संस्कृत धर्मग्रंथांपेक्षा स्थानिक काव्याला दिलेलं महत्त्व हे इथल्या मंदिर परंपरात सगळीकडे आढळून येतं. कारण, स्थानिक काव्यंच लोकांना देवाशी जोडतात कारण ती त्यांच्या हृदयास थेट साद घालतात.

रामानुजाचार्य

इथं मुद्दा तमिळ की संस्कृत, पुरातन की मध्ययुगीन, वैदिक की भक्ती, अयोध्या की लंका, वदकलै की तेनकलै आणि अगदी हिंदू की मुस्लीम असाही नाहीच आहे, तर रंगनाथाच्या अमर्याद प्रेमसागराच्या लाटांत बुडून जाण्याचा आहे. रंगनाथ याचा अर्थच मुळी 'आपण ज्यास जीवन म्हणतो त्या रंगीबेरंगी नाट्यप्रवेशांचा राजा' असा आहे.

२१

लखनौ : श्रद्धावंतांचा मेळावा

लखनौतील बडा इमामबारा 'बडा' आहे. कारण, त्याच्या जवळच एक 'छोटा' इमामबारा आहे. मात्र हा छोटा इमामबाराच अधिक शोभिवंत आहे. इंग्रज प्रवाश्यांनी त्याचं वर्णन 'प्रकाशमहाल' असं केलेलं आहे; परंतु बड्या इमामबाऱ्याची खासियत ही, अठराव्या शतकात लखनौच्या निझाम वजिराने तो कसा बांधला या कथेत आहे. त्याचा वास्तुरचनाकार निवडण्यासाठी एक स्पर्धा घेण्यात आली. या इमामबाऱ्याचं बांधकाम करून भयंकर दुष्काळात सापडलेल्या लखनौ नगरीच्या लोकांना रोजगार द्यायचा अशी ती योजना होती. मग रोज सकाळी शेतमजूर विटा लावायचे तर दररोज रात्री अभिजन मंडळी लावलेल्या विटा काढून टाकायची, त्यामुळे बांधकाम पूर्ण होण्यास उशीर झाला तरी कामगारांना दीर्घकाळ मजुरी मिळत राहावी हा उद्देश त्या मागे होता.

हो इमारत तेथील भूलभुलैयासाठी प्रसिद्ध आहे. तिथं एकूण ४०० एकसारखी दारे आहेत, अर्थात तसं ते नकळत झालं आहे. कारण, हा भव्य दिवाणखाना दलदलीवर बांधताना आधार म्हणून अनेक मार्गिका आणि भिंती बांधाव्या लागल्या होत्या. या बांधकामाला वासे नाहीत किंवा मजबुतीसाठी

लोखंडही वापरण्यात आलेलं नाही. भारतात युरोपियन वास्तुकलेतील तत्त्वे येण्यापूर्वी जी काही शेवटची मोगल वास्तुकलेची बांधकामं झाली, त्यांपैकी हे एक आहे.

बडा इमामबारा

इमामबाऱ्यास हुसैनिया किंवा आशुरखाना असंही नाव आहे. खासकरून 'आझादरी'साठी सर्वांनी एकत्र जमण्याचं ठिकाण म्हणून हे बांधण्यात आलं होतं. 'आझादरी'चा अर्थ प्रेषित मुहंमदांचे नातू इमाम हुसेन आणि त्यांच्या ७२ अनुयायांच्या स्मरणार्थ शोक आणि विलाप करणे. हे सर्व जण सातव्या शतकात करबला येथील युद्धात अत्यंत निष्ठुरपणे मारले गेले होते. ही प्रथा शिया लोक पाळतात, सुन्नी पाळत नाहीत. इमामबारा आणि नेहमीची मशीद यांच्यात हाच फरक आहे. नेहमीच्या मशिदीत जाऊन दिवसातून पाच वेळा मक्केच्या दिशेने नमाज पढणे ही इस्लामच्या अनुयायांसाठी आवश्यक अट आहे. दोन्ही इमामबारे आणि मशिदी दर्ग्यापेक्षा वेगळ्या असतात. कारण, दर्ग्याचं मुख्य केंद्र मधली खरी किंवा प्रतीकात्मक कबर असते. ती कबर सत्पुरुषाची असते म्हणजे एकतर इमामाची अथवा किंवा गूढ सुफी पंथातील संताची असते.

बड्या इमामबाऱ्याच्या दिवाणखान्यात एक जिना आहे, तो जिना इमामाच्या उच्चासनाशी जातो. तिथे सर्वत्र खास धातूचे ध्वज लावलेले दिसतात. एके काळी (युद्धात) ते ध्वजवाहकांनी उंच धरले होते. शूर वीर अब्बास हा त्यातलाच एक. याझीदच्या सेनेने त्याचे हात कापेपर्यंत त्यानं ध्वज सोडला नव्हता. हुतात्म्यांच्या शवपेटिकांच्या आणि कबरींच्या

प्रतिकृतीही तिथं आहेत. या दिवाणखान्यास भेट देणारे श्रद्धाळूजन तिथं हार वाहतात. ही प्रथा स्थानिक हिंदू संस्कृतीच्या प्रभावामुळे आली असावी; परंतु हिंदू विधींपेक्षा वेगळेपणा कळावा म्हणून त्यात गुलाब आणि मोगरा वापरला जातो, झेंडूचं फूल टाळलं जातं.

पैगंबरांच्या मृत्यूनंतर शिया आणि सुन्नींत १४०० वर्षांपूर्वी दुफळी निर्माण झाली. कारण, लेखी मृत्युपत्र नसल्याने त्यांचा वारसदार कोण याबद्दल मतभेद निर्माण झाले. सुन्नींना वाटत होतं की, सार्वमताने वारसदार निवडण्यात यावा. असे लोक पैगंबरांचे सासरे अबु बकर यांच्या नेतृत्वाखाली एकत्र जमले तर शियांना वाटत होतं की, पैगंबरांच्या वंशजांच्या हाती हा वारसा असावा. असे लोक पैगंबरांचे जावई अली याच्या म्हणजे त्यांची कन्या फातिमा हिच्या पतीच्या नेतृत्वाखाली एकत्र जमले. सुन्नींच्या दृष्टीने इमाम म्हणजे मशिदीत नमाजपठणाचं नेतृत्व करणारा नेता तर शियांच्या दृष्टीने ती पदवी केवळ पैगंबरांच्या कुटुंबीयांसाठीच राखीव असावी असं होतं. आजमितीलाही शिया पंथाच्या श्रद्धेत वंशावळ महत्त्वाची भूमिका बजावते. दक्षिण आशियात सय्यद हे पैगंबरांच्या कुटुंबाशी थेट नातं असलेले आहेत, त्यामुळे त्यांचा दर्जा पठाणांपेक्षा वरचा धरला जातो (पठाण हा बोलीभाषेतील शब्द असून जे इस्लाममध्ये धर्मांतरित झाले त्यांना उद्देशून वापरला जातो. वायव्य सरहद्द प्रदेशातील पठाण जमातींशी त्यांचा संबंध नाही).

अलीची हत्या झाली, त्याचा ज्येष्ठ पुत्र हसन याच्यावर विषप्रयोग करण्यात आला, त्यानंतर हिंसेला सुरुवात झाली. करबल्याचे युद्ध हा त्या प्रसंगांचा कळसाध्याय ठरला. त्यात हुसेन (धाकटा पुत्र) आणि त्याच्या अनुयायांना कापण्यात आलं, तेव्हा असं झालं होतं की, तीस दिवस वेढ्यात अडकल्यानंतर सुटका झाल्यावर तहान भागवण्यासाठी हुसेन आणि त्याचे अनुयायी युफ्रेटिस नदीचं पाणी घेण्यासाठी थांबले होते. तिथं हा प्रकार घडला. या शोकात्म घटनेनंतर पर्शियन साहित्यातील गद्य-पद्यास प्रेरणा मिळाली. 'शियांच्या अश्रूंतून' मानवी अत्याचारातील हे सर्वांत निंदनीय अत्याचार ध्वनित होऊ लागले. जे कोण जगले-वाचले त्यांना शांतपणे मृतांचं दफन

हौतात्म्याचे प्रतीक

करण्यास किंवा त्यांचा शोक करण्यासही बंदी घालण्यात आली. अशा वेळेस हुसेनची बहीण झैनाब धीराने उभी राहिली आणि तिच्या समाजासाठी आधारस्तंभच ठरली. तिनं त्यांच्यासमोर उत्कटतेने भाषणं करून सर्वांना युद्धाच्या भयानकतेची आठवण करून दिली आणि मृतांचं विस्मरण होणार नाही याची ग्वाही दिली. तिच्या शब्दांनी सर्वसामान्य लोक हेलावून गेले आणि याझिद व त्याच्या सेनापतींचा मुकाबला करण्यासाठी रस्त्यावर उतरले.

मोहरम (मुहर्रम)च्या दहाव्या दिवशी म्हणजेच अशुरा या दिवशी हा दुर्दैवी प्रसंग घडून आला. त्यानंतर त्या भयंकर दिवसाची आठवण म्हणून त्याचं उत्कट नाट्यरूपांतर सादर केलं जातं. भव्य मेळावे आयोजित केले जातात, त्यात भक्तगण मृतांसाठी विलाप करताना छाती बडवून घेतात आणि हुतात्म्यांप्रति सहानुभूती आणि एकात्मता दाखवण्यासाठी स्वतःला साखळदंडाने मारतात. तहानेने मेलेल्यांचं स्मरण म्हणून मुक्तपणे सर्वांना पाणी वाटतात. शवपेटिकांच्या (ताबूत) आणि स्मारकांच्या (ताझिया) भव्य कागदी प्रतिकृती खांद्यावरून वाहिल्या जातात, तसंच झेंडेही (अलम) फिरवले जातात. त्यानंतर हे सगळं स्थानिक पाणसाठ्यात म्हणजे नदी, तळे किंवा समुद्रात बुडवलं जातं. मोहर्रमची प्रथा दक्षिण आशियात खास करून नवाब आणि सुलतानांच्या आश्रयाखाली खूपच प्रसिद्ध झाली. इंडोनेशियातही तिथं गेलेल्या स्थलांतरितांसोबत पसरली. बहुधा देवतांचं पाण्यात विसर्जन करण्याच्या हिंदू धर्मविधींचा त्यांच्यावर परिणाम झाला असावा.

मानववंशतज्ज्ञांना वाटतं की, सुन्नी गटांनी अरब आदर्श डोळ्यांसमोर ठेवले म्हणजे जमातीचे नेते सार्वमताने ठरवण्यावर त्यांनी भर दिला, तर शिया गटाने पर्शियन आदर्शांना कवटाळलं. त्यात घराणेशाहीवर भर होता. पुरातन पर्शियाशी संबंधित प्रदेशात शिया इस्लाम लोकप्रिय आहे. त्यात आधुनिक इराण आणि इराक यांचा समावेश होतो. बरेच शिया मुस्लीम दिल्लीच्या मोगलांसह अन्य सुलतानांच्या दरबारी नोकरी शोधण्यासाठी भारतात आले. त्यामुळे 'संस्कृत' या पुरातन दरबारी भाषेसह 'फारसी' ही मध्ययुगीन भारताची दरबारी भाषा बनली.

आता या दुफळीने भयावहच वळण घेतलं आहे. त्यातून वैश्विक पातळीवर इस्लामच्या अत्यंत कडव्या, विशुद्ध आवृत्त्यांचा उदय झाला आहे. परिणामतः दर्ग्यांना भेट देण्यासारख्या शिया प्रथांकडे तिरस्काराने पाहिलं जाऊ लागलं आहे. 'नमाझ' आणि 'खुदा' हे फारशीतले अनुक्रमे

'प्रार्थना' आणि 'देव' यांच्यासाठीचे शब्द वापरताना अधिकाधिक संकोच वाटू लागला आहे. काही लोक त्यासाठी 'सलात' आणि 'अल्ला' हे अरबी शब्द अधिक वापरू लागले आहेत. सध्या मध्यपूर्वेत आयसिस निर्माण झाली आहे. त्यांना बिगर मुसलमानांसह सर्व शियांचंही या जगातून उच्चाटन करायचं आहे आणि आपली स्वतःची अत्यंत संकुचित अशी इस्लामची व्याख्या सगळ्या जगावर लादायची आहे.

हुसैनी ब्राह्मण म्हणून एक जात आहे. हे हिंदू ब्राह्मण करबला येथे अलीच्या खांद्याला खांदा लावून लढले होते, तेही मोहरमची प्रथा पाळतात. हौतात्म्यांचे स्मरण करणे पारंपरिक हिंदू धर्मात बसत नाही. कारण, हिंदू धर्मात मृत्यूकडे अशुभ, सुतक लागणारी आणि क्षणभंगुर घटना या नजरेनं पाहिलं जातं. तथापि, एकविसाव्या शतकातील राष्ट्रवादात 'हौतात्म्य' या संकल्पनेस महत्त्व मिळालं आहे. त्यातूनच शियापंथीय समजुतींचा जागतिक विचारांवर पडलेला मोठाच प्रभाव दिसून येतो.

२२

अमृतसर :
अमृताच्या तळ्यात

आपण अमृतसरला का जातो? दुफळी बघायला की एकात्मता बघायला?

भारत-पाकच्या वाघा सीमेवर दुफळी अगदी मूर्तिमंत साकार होत असते. तिथं दोन भांवडांतील 'स्वराष्ट्रवादी' स्पर्धा मोठ्या दिमाखात मिरवली जात असते. १९१९ साली ब्रिटिश सैन्याने जालियनवाला बागेत हत्याकांड केलं, तेव्हा दुफळी दिसून आली होती. ते स्थान आता पर्यटन स्थळ बनलेलं आहे. ऑपरेशन ब्ल्यू स्टार मोहिमेत १९८४ साली भारतीय सेना सुवर्ण मंदिर संकुलात घुसली तेव्हा दुफळी दिसून आली होती. शिरोमणी गुरुद्वारा प्रबंधक कमिटी (एसजीपीसी) यांनी १९२५ साली शीख गुरुद्वारा कायदा संमत झाल्यापासून हुकूमशाही पद्धतीने सुवर्ण मंदिराचा कारभार चालवला आहे आणि एके काळी शीख गुरुद्वारांची व्यवस्था पाहणाऱ्या उदासी पंथाच्या संन्याशांना बाजूला केलं आहे. त्यातून निर्माण होणाऱ्या बेचैनीत दुफळी दिसून आली होती. कुठल्याही प्रकारच्या दुफळीस 'मिरी-पिरी' असं शीख धर्मात म्हटलं जातं. मिरी म्हणजे ऐहिक अथवा क्षणिक. खालसांच्या म्हणजे शीख समाजाच्या नेतृत्वाचं 'अकाल तख्त' हे असंच

क्षणभंगुर आहे, तर मानवनिर्मित तळ्याच्या मध्यभागी वसलेलं 'हरमंदिर साहेब' (सुवर्ण मंदिराचं औपचारिक नाव) हे स्थान 'पिरी' म्हणजे चिरंतन–शाश्वत स्थान आहे. हे तळं म्हणजेच सरोवर किंवा 'सर' आणि त्यातलं पाणी मानवाला अमरत्व देणारं (त्याला शहाणपणा देणारं) अमृत आहे.

या अमृताच्या तळ्यात डुबकी मारल्यानंतरच एकात्मता येते. आपण या तळ्यात डुबकी घेऊन गुरुद्वारात प्रवेश करतो, गुरू ग्रंथसाहिबसमोर वाकतो, भक्ती आणि सुफी परंपरेतील गुरू, संत, पीर यांची त्या ग्रंथात समाविष्ट उपदेश आणि कवने ऐकतो तेव्हा एकात्मता येते. धर्म, जात, वर्ग, राष्ट्रीयत्व, वंश, लिंग किंवा लैंगिकता यातलं काहीही आड न येता आपण नम्रतेने, भक्तिभावाने लंगरमध्ये अन्न खातो, सेवा करतो, जेवण रांधतो, अन्न वाढतो, साफसफाई करतो, तसं करताना इतरांना बघतो, ते करता करता मंत्र म्हणत नामस्मरण करतो, तेव्हा एकात्मता साधली जाते. या ठिकाणी माणसं देवाशी – दैवी संभाव्यतेशी जोडली जातात. मग सगळ्या सीमारेषा गळून पडतात, उच्चनीचतेची उतरंड, वर्चस्व आणि सत्तासंघर्ष सगळं सगळं गळून पडतं कारण भीती नाहीशी होते, संकुचितता राखण्याची गरजच नाहीशी होते.

हरमंदिर साहेब अथवा सुवर्ण मंदिर

शीख परंपरांच्या मूलमंत्रातच ही संकल्पना रुजलेली आहे. हा मूलमंत्र वैश्विक ऐक्याचं आणि सर्वश्रेष्ठ, अपरिवर्तनीय अशा सत्याचं वर्णन करतो. निर्माता आणि पालक यांचं वर्णन करतो. भीती, द्वेष, मृत्यू, जन्म यांच्या पलीकडे गेलेला, आत्मनिग्रही अशा त्या गुरूकृपेने पावन झालेल्या मानवाचं वर्णन करतो. ५०० वर्षांपूर्वी होऊन गेलेले शिखांचे पहिले गुरू म्हणजेच गुरू नानक यांनी हा मूलमंत्र रचला होता.

गुरू नानक

हिंदू आणि मुस्लीम हे दोन मुख्य धर्म जिथं एकमेकांना भिडत होते, त्या सीमारेषेशी शीख धर्म भौगोलिक-ऐतिहासिक-मानसिकदृष्ट्या उदय पावला. हे दोन्ही प्रभाव त्याच्यावर निश्चितपणे दिसून येतात. उदाहरणार्थ, हरमंदिर हे नाव 'हरी का मंदिर'वरून निर्माण झालं आहे. त्यातलं 'हरी' हे विष्णू या विशिष्ट हिंदू देवाचं नाव आहे; परंतु शीख धर्मात ते वापरलं जातं तेव्हा त्यामागचे सर्व पंथात्मक अर्थ निघून जातात. तिथल्या लंगरमध्ये शुद्ध शाकाहारी भोजन रांधलं जातं; परंतु हिंदू धर्म आणि शीख धर्म यांच्यातील फरक म्हणजे शीख धर्म हा एका सुस्पष्ट व्याख्या केलेल्या पवित्र ग्रंथाच्या आधारावर व्यवस्थापित असा धर्म आहे. त्यातील गीतांमधून देवाला निराकार-निर्गुण म्हणून सादर केलं जातं. दमन/शोषण न होणारी न्यायाची दुनिया निर्माण करण्याचं आवाहन केलं जातं. 'आद्यग्रंथ' म्हणून ओळखला जाणारा हा ग्रंथ हाच अंतिम गुरू आहे असं ३०० वर्षांपूर्वी दहावे गुरू गोविंद सिंग यांनी जाहीर केलं. त्यांनीच या धर्माला औपचारिक रूप दिलं.

'गुरू ग्रंथसाहिब' या ग्रंथास तख्तावर ठेवलं जातं, त्याच्यावर रुमालाचं आवरण घालून त्यास चवऱ्या ढाळल्या जातात (या चवऱ्या काही ठिकाणी याक या प्राण्याच्या शेपटीपासूनही बनतात). पुरातन भारतात चवऱ्या फक्त राजेमंडळींसाठीच राखून ठेवलेल्या होत्या. मंदिरांमध्येही त्या खास रामासाठी राखीव असत. कारण, राम हा विष्णूचा राज-अवतार होता, त्यामुळे २०० वर्षांपूर्वी 'हरमंदिर साहेब' मंदिरास सोन्याचा मुलामा देणाऱ्या महाराजा रणजित सिंग यांच्यासह सर्व शीख राजांनी हा बहुमान स्वतःला नाकारला होता. कारण, त्यांना लोकांना स्मरण करून द्यायचं होतं की, अंतिम सत्ता ही त्या ग्रंथातच सामावलेली आहे आणि त्यामुळेच चवऱ्या केवळ त्या ग्रंथासाठीच राखीव ठेवल्या आहेत.

सुरुवातीपासूनच शीख धर्मातील गुरूंना समाजाचे तुकडे करणाऱ्या सर्व दुफळ्या नष्ट करायच्या होत्या. मग त्या दुफळ्या धार्मिक असोत, जातीय असोत, वर्गीय असोत की लिंगभेदाधारित असोत. यातील बहुतेक सर्व भेद

खाण्याच्या कृतीतून दिसून येतात म्हणजे हिंदू मुसलमानांसोबत एकत्र खात नव्हते, ब्राह्मण दलितांच्या अन्नाला शिवत नव्हते. पुरुष नेहमीच अगोदर जेवणार तर घरातल्या बायका नंतर जेवणार असा प्रकार होता. लंगरने प्रतीकात्मक रीतीने या सगळ्या सीमारेषा आणि उच्चनीचतेची उतरंड पुसून टाकली. या लंगरमध्ये प्रत्येक जण जेवण रांधतो आणि वाढतो, सगळे एकत्र मिळून खातात. अशा प्रकारे 'भोग' या हिंदू विधीचं रूपांतर समता प्रस्थापित करणाऱ्या शीख प्रथेत झालं. अर्थात कार्यकर्ते मंडळी बोट दाखवतात की, हल्ली भारतात आणि परदेशातील आधुनिक शीख गुरुद्वारांमध्ये जातिभेद वाढत्या प्रमाणात घुसखोरी करू लागला आहे आणि जाट शीख व दलित शीख यांच्यात खोल दरी निर्माण करू लागला आहे.

गुरू ग्रंथसाहिब

शीख धर्माने कायमच गृहस्थाश्रमी जीवनास संन्यस्त जीवनापेक्षा सरस मानलं. विवाह आणि कुटुंब हे समाजाचा पाया आहेत, असंच या धर्माचं म्हणणं आहे. त्यांच्या पवित्र ग्रंथात स्त्रीसंतांनी लिहिलेलं एकही गीत समाविष्ट नसलं तरी त्यात वारंवार लिंगसमानतेबद्दलचे विचार मांडलेले आहेत. पाच शतकांपूर्वी तर हा विचार नक्कीच बंडखोर होता. शीख धर्म स्वीकारणारा पुरुष जर 'सिंह' असेल तर स्त्री 'कौर' (म्हणजे 'राजकुमारी किंवा सिंहिण) होती. अशा प्रकारे तिला स्वतःची ओळख दिली गेली. स्त्रीची ती ओळख तिच्या वडिलांवर अथवा पतीवर अवलंबून नव्हती. शीख धर्मात स्त्रियांनी महत्त्वाची भूमिका बजावलेली आहे. उदाहरणार्थ, माई भागोची कथाच बघा. अठराव्या शतकात या स्त्रीने सैन्य सोडून पळून आलेल्या ४० जणांना प्रेरणा दिली, त्यांचं मन वळवलं, त्यामुळेच तर गुरू गोविंद सिंगांच्या मागावर लागलेल्या मोगल सैन्याविरुद्ध आत्मघातकी हल्ला करण्यास ते सिद्ध झाले. अशा प्रकारे ते चाळीस सैनिक 'चाली मुक्ते' म्हणजे '४० मुक्त' म्हणून प्रसिद्ध झाले.

विचित्र लिंगी माणसं आणि लैंगिकता यांच्याबद्दल गुरू ग्रंथसाहिब काहीही भाष्य करत नाही, त्यामुळे याबाबत मार्गदर्शक सूचनांच्या अभावी शीख धर्म कुठली दिशा स्वीकारेल याचं आश्चर्य वाटतं. 'जन्मसखीतील

(गुरू नानक यांचे जीवन आणि त्यांनी केलेले प्रवास यांच्यावरील मौखिक कथेतील) 'ब ४०' क्रमांकाच्या कथेच्या आधारे एक लघुचित्रही (मिनिएचर पेंटिंग) काढण्यात आलं. त्या कथेनुसार, बगदादचे 'स्त्री वेशधारी सुफी संत शेख सराफ' यांच्याशी दैवी शक्तीच्या स्वरूपाबद्दल गुरू नानक यांनी चर्चा केली होती असं दिसून येतं, त्यामुळे विचित्रलिंगी माणसं आणि लैंगिकता यांबाबत मवाळ धोरण स्वीकारण्याऐवजी हा धर्म हिंदू, मुस्लीम किंवा ख्रिश्चन, बौद्ध या धर्मांतील अतिरेकी गटांच्या विचारसरणीचं अनुकरण करेल का? कारण या गटांनी तर लैंगिकतेविषयीच्या पुराणमतवादी मूल्यांचं 'विशुद्ध आणि अस्सल' असं गौरवीकरण केलं आहे. कदाचित, भारतीय उपखंडातील 'सर्वांत तरुण धर्म' या नात्याने हा धर्म नेहमीच सीमा, विभाजन आणि पूर्वग्रहांना आव्हान देत आलाय, त्यामुळे तो एकविसाव्या शतकात अधिक समतावादी मार्ग आपल्याला दाखवू शकेल.

६

भक्तियुग
(७०० वर्षांपासून)

एके काळी संस्कृत ही भारतीय राजांची दरबारी अभिजन भाषा होती, तिनं फारसी भाषेस जागा करून दिली. इस्लामी धर्मज्ञानाची भाषा अरबी असली तरी फारसी भाषा ही मुस्लीम जगतातील अभिजनांची भाषा होती.

इस्लामशी ओळख झाल्याने कागद (फारशीत कागद) आणि पेन (फारशीत कलम) यांनाही महत्त्व मिळालं, त्यामुळे लेखी ग्रंथांची मौलिकता खूप वाढली. प्रादेशिक साहित्याचा उदय झाला, त्यामुळेच मुसलमान राजांच्या भारतातील आगमनानंतर प्रादेशिक साहित्यात वेगाने वाढ झालेली आपल्याला दिसून येते. याच काळात रामायण आणि महाभारत ही महाकाव्ये तेलुगु, उडिया, आसामी, हिंदी, कन्नड आणि गुजराती भाषांमध्ये रचली जाऊ लागली. गीतेचा मराठीत अनुवाद झाला. रस्तोरस्ती देवाची भजनं गात फिरणाऱ्या, मंदिरांत दर्शनार्थ जाण्याची गरजच नसलेल्या भक्तांकडून मंदिरांवर नियंत्रण ठेवणाऱ्या जुन्या ब्राह्मणी व्यवस्थेस आव्हान मिळू लागलं.

भक्तीची संकल्पना २००० वर्षं जुनी आहे. ती संस्कृत भगवद् गीतेतही आढळून येते; परंतु नयनार आणि अल्वार या नावाने ओळखले जाणारे तमिळ संतकवी साधारणपणे १५०० वर्षांपूर्वी तमिळमध्ये शिव-विष्णूंची स्तुतीपर कवनं लिहू लागले. त्यानंतर भक्तिमार्गाची लोकप्रियता वाढू लागली. त्यांच्या काव्याला स्थानिक राजांचा आश्रय मिळाला. हेच राजे स्थानिक मंदिरांनाही आश्रय देत होते. अरबस्तानात इस्लामचा उदय होण्यापूर्वी या गोष्टी घडल्या.

या संकल्पना समुद्री व्यापाऱ्यांमार्फत अरबस्तानातही पोहोचल्या असतील का? भक्तीची संकल्पना रामानुजांपासून माधवांपर्यंत आणि वल्लभाचार्यांपासून रामानंदांपर्यंत बऱ्याच हिंदू तत्त्वज्ञांनी स्वीकारली. शेवटच्या दोघांनी या कल्पना उत्तरेत नेल्या, त्यामुळे ५०० वर्षांपूर्वी आपल्याला प्रेम आणि काव्य यांच्यावर आधारित आध्यात्मिकतेची नवी लाट पसरताना दिसली. त्यामुळेच उत्कट प्रेमाच्या नव्या भावनेनं भरलेली अशी राम–कृष्णांचीच परंतु नव्यानं सांगितलेली गीतं आणि कहाण्या आपल्याला या काळात दिसू लागल्या. परमार्थी विचारांचा गृहस्थाश्रमी आता संन्यासी होण्यासाठी जगाचा त्याग करण्याचा विचार न करता देवाशी एकरूप होण्याचा मार्ग निवडू लागला.

याच काळात भारतीय रूपकं वापरून इस्लामची कथा स्थानिक भाषांमध्ये सांगितलेलीही आपल्याला आढळून येते. त्या कथा आहेत तमिळमधील *चिर पुराणम्* आणि बंगालीमधील *नवी वंश.* सुफींच्या माध्यमातून इस्लामचा प्रसार झाला आणि भक्तिमार्गाद्वारे हिंदू धर्माचं पुनरुज्जीवन झालं. काही हिंदूंसाठी देव निराकार होता, तर काहींसाठी साकार होता. हिंदू धर्माच्या श्रृंगारिक आणि लैंगिक बाजू भक्तिमय बाजूंमुळे झाकोळून गेल्या. कृष्णाची पूजा होऊ लागली; परंतु राधा आणि रुक्मिणी त्यांच्या अनुपस्थितीमुळे उठून दिसू लागल्या. मग हळूहळू योद्धे देव अधिकाधिक संन्यस्त जीवनाशी जोडले जाऊ लागले. तांत्रिक देवी दुर्लक्षित होऊ लागल्या. मोगल दरबारांत नवनव्या कलांना आश्रय मिळू लागला आणि लघुचित्र (मिनिएचर पेंटिंग) या कलाप्रकाराने पौराणिक कहाण्या सजीव झाल्या. नाट्य आणि नृत्य यांच्या माध्यमातून देवाची संकल्पना सांगितली जाऊ लागली. भावना ही बुद्धी आणि कर्मकांडाच्या वरचढ झाली.

२३

जेजुरी :
हळदीची उधळण

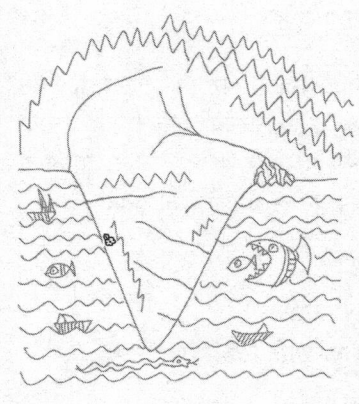

ती वास्तू एका टेकडीवर उभी आहे. ती एखाद्या किल्ल्यासारखीच दिसते; परंतु तेवढ्यात टेकडीच्या माथ्याशी मंदिरासारखी रचना आपण पाहतो, पायऱ्यांच्या कमानींजवळच्या दीपमाळाही पाहतो. पुण्याहून साधारण ५० किलोमीटर अंतरावर ही जेजुरी आहे. हेच खंडोबाच्या भक्तीचं मूळ स्थान आहे. खंडोबास 'मल्हारी मार्तंड' असंही म्हणतात. महाराष्ट्रातील आणि दखखन प्रदेशातील बऱ्याच लढाऊ-शेतकरी-धनगर आणि पुरोहित कुटुंबांचं हे कुलदैवत आहे.

खंडोबा हे शिवशंकराचं खास 'मराठमोळं' रूप. मात्र त्याला कधी कधी कार्तिकेयाचा अवतारही मानलं जातं (डोंगरावर त्याच्या सहचरांसह उभा असलेला कार्तिकेय), तर कधी (कलकीसारखा घोडा आणि तलवार यांच्यामुळे) त्याचं नातं विष्णूशीही जोडलं जातं, तर कधी त्याला (सूर्यप्रकाशासारखा हळदीचा रंग आणि मार्तंड हे नाव यामुळे) सूर्यस्वरूपही मानलं जातं. आंध्र प्रदेशात त्यास 'मल्लिकार्जुन' म्हणतात, तर कर्नाटकात तो 'मल्लण्णा' असतो. जैन त्याला 'मल्लीनाथ' म्हणून ओळखतात, तर दखखन

प्रदेशात इतिहासाची दीर्घ पार्श्वभूमी असलेले मुस्लीम त्यास 'मल्लू खान' म्हणून ओळखतात. या सगळ्यातून त्याचा विस्तृत स्थानिक पायाच दिसून येतो.

जेजुरी येथील मंदिर

बहुतेक इंग्रजी भाषिक जगास भारताचे आघाडीचे कवी अरुण कोलटकर लिखित एनवायआरबी क्लासिक्स प्रकाशित 'अरुण कोलटकरच्या कविता' हे पुस्तक माहिती असते. १९७७ सालचा कॉमनवेल्थ पुरस्कार या पुस्तकाला मिळाला होता. त्यात त्यांनी इथल्या तीर्थयात्रेचं वर्णन पुढील प्रमाणे केलं आहे –

देव म्हणजे काय?

आणि दगड म्हणजे काय?

या दोन्हींना वेगळं करणारी सीमारेषा

अस्तित्वात असलीच तर,

अगदीच पुसट आहे.

जेजुरीत तर प्रत्येक दगड

एक तर देव आहे, नाहीतर

त्याचा चुलतभाऊ तरी आहे.

एखाद्या कल्पनेला आकार देण्याची, देवाला दगडाचं–नदीचं किंवा मूर्तीचं रूप देण्याची हिंदू धर्माची क्षमता त्यांच्या या ओळींत नेमकी पकडलेली आहे. अशा प्रकारे अमूर्तास समूर्त बनवलं जातं. भक्तजन पायऱ्या चढत,

हवेत भंडारा उधळत जाताना आपण पाहतो तेव्हा लक्षात येतं की, हिंदू धर्माच्या 'मार्गी' (शास्त्रीय) आणि 'देशी' (स्थानिक) अशा परंपरा जिथं एकत्र मिळतात, त्या संगमावर आपण आलो आहोत. यातील 'मार्गी' परंपरा अमूर्त आहे, तिला भूगोलाचं बंधन नाही तर 'देशी' परंपरा ही त्या भूमीशी, तिथल्या जनतेशी आणि संस्कृतीशी जुळलेली परंपरा आहे.

खंडोबा पांढऱ्या अबलख घोड्यावरून हातात तळपती तलवार घेऊन येतो, असं चित्रकलेत दाखवलं जातं. त्यामुळेच त्याला खंडोबा (बा म्हणजे वडील) किंवा खंडेराव (राव म्हणजे नेता अथवा राजा) हे नाव मिळतं. तो मराठमोळी पगडी घालतो, त्याला भलीमोठी मिशी असते आणि दाढीही असते. त्याचं दैवी स्वरूप प्रस्थापित करण्यासाठी कधी कधी त्याला चार हात असतात. मागच्या दोन हातांत एक त्रिशूळ आणि डमरू असतो, त्यामुळे त्याचं नातं शंकराशी जोडलं जातं; परंतु हा शिव तपस्वी शिवशंकर नसतो तर वीरभद्र किंवा भैरवासारखा लढवय्या रूपात असतो. तो मणी आणि मल्ल या असुरांशी लढताना दिसतो. त्याच्यासोबत घोड्यावर त्याची पट्टराणी म्हाळसा असते. एक कुत्राही त्याच्या सोबत असतो.

घोड्यावर बसलेल्या, बाजूला कुत्रा असलेल्या योद्ध्याची प्रतिमा भारताच्या बऱ्याच भागांत आढळून येते. तमिळनाडूत आपल्याला या संरक्षक देवाच्या अजस्र प्रतिमा आढळून येतात. त्यांना नवसाची पूर्ती म्हणून मातीचे घोडे वाहिले जातात. घोडा हा भारतातला स्थानिक पशू नाही. तो वायव्येकडून आयात होत होता, त्यामुळे घोडेस्वार योद्धे हे ग्रीक, हुण, गुज्जर आणि पठाण म्हणून ओळखले जायचे. एक गोष्ट लक्षात ठेवावी लागते, ती म्हणजे हिंदू धर्मावर परकीय प्रभाव पडल्याचं नुसतं कुणी सुचवलं तरी हिंदू वर्चस्ववादी लोक अस्वस्थ होतात; परंतु इतिहासकारांच्या दृष्टीने तर वायव्येकडील योद्ध्यांचा परिणाम हा उघडच दिसतो. वैदिक परिभाषेत कुत्रा अस्वच्छ, ओवळा मानला जात असला तरी तो भैरवरूपातल्या शिवाशी सदैव जोडलेला असतो आणि

युद्धसमयीच्या खंडोबाचे पोस्टर आर्ट

तांत्रिक कलेत महत्त्वाची भूमिका बजावतो. *त्यामुळे खंडोबाच्या पूजेचं रांगडं स्वरूप दृग्गोचर होतं.*

खंडोबाच्या पत्नी वेगवेगळ्या स्थानिक समाजांतून येतात. म्हाळसा त्यातली सगळ्यात महत्त्वाची पत्नी असून, ती बऱ्याचदा युद्धात त्याच्या घोड्यावर बसलेली असते. दुसऱ्या पत्नीचं नाव आहे बाणाई. या सगळ्या पत्नी विणकर, शिंपी, मोतद्दार (घोड्यांची देखभाल करणारे) आणि सैनिक यांच्या कुटुंबातून आलेल्या होत्या. काहींना वाटतं की, या सगळ्या स्थानिक ग्रामदेवता असतील, त्या सगळ्यांचं नातं या स्थानिक संरक्षक देवाशी जोडलं गेलं असेल, त्यातून कदाचित एक संपर्काचे औपचारिक जाळेही प्रतीत होते. म्हणजे एखादा स्थानिक राजवंश होता, त्यांनी राज्य वाढवण्यासाठी अनेक खेड्यांना आणि समाजांना एकत्र आणलं. त्यासाठी युद्धाचा मार्ग न वापरता विवाहाच्या माध्यमातून ते साध्य केलं, तर काहींना वाटतं की, याचा संबंध देवाला मुलामुलींना सोडण्याच्या प्रथेशी असावा. या देवाला सोडलेल्या मुली मुरळी (नर्तिका) होतात तर मुलगे वाघ्या (भाट) होतात. खंडोबाची स्तुतीपर कवनं गाणाऱ्या या त्याच्या कनिष्ठ पत्नी आणि वाघ्या म्हणजे स्वामिनिष्ठ श्वान असं समजलं जातं. ब्राह्मणी ग्रंथांमध्ये म्हाळसेला पार्वती आणि बाणाईला गंगा मानतात. शिवाच्या या दोन्ही पत्नी बऱ्याचदा एकमेकींशी भांडतात. हिंदू देवांच्या संसार कथांत हे कथानक नेहमीच दिसून येतं.

मंदिरात आपल्याला खंडोबाचे दोन शत्रू – मणी आणि मल्ल दिसतात; परंतु इथं त्यांची वेगळी संभावना केली जाते. मणी ताठ उभा असतो कारण त्याला नमवल्यावर खंडोबाने 'वर माग' असं म्हटलं तेव्हा त्याने बोकडाचं मांस आणि मानवजातीचं सुख हे वर मागितले होते, तर मल्ल जमिनीवर पडलेल्या स्थितीत असतो. *त्याच्यावर पाय देऊन भक्तगण मंदिरात येतात. कारण, त्याला नमवल्यावर खंडोबाने त्याला वर मागायला सांगितलं तेव्हा त्यानं मानवी मांस आणि मानवजातीचं अकल्याण मागितलं होतं.*

मंदिराच्या मुळाचा शोध आपल्याला १००० वर्षांपूर्वी घेऊन जात असला तरी मागील ७०० वर्षांत मराठी भाषा उत्क्रांत झाली तसतशी या मंदिराची लोकप्रियता कळसास पोहोचली असं दिसून येतं. जेजुरीच्या या देवाचा उल्लेख महापुराणांत नसला तरी ५०० वर्षांपूर्वीच्या स्थानिक पुरोहितांनी संस्कृत-मराठीत लिहिलेल्या *मल्हार माहात्म्य* आणि *मार्तंड*

विजय या स्थलपुराणांत आहे. या स्थानिक ग्रंथांतून 'संस्कृत'करणाची प्रक्रिया कळते म्हणजे एका स्थानिक देवाचा पंथ हळूहळू महान ब्राह्मणी हिंदूंच्या व्यासपीठावर कसा सामील होतो ते त्यातून कळतं. या पुराणांत 'पिशाच्ची' भक्तीबद्दल सांगितलं आहे. त्यात भक्ताच्या अंगात देव येतो, तर आणखी एक 'राक्षसी' भक्तीचाही प्रकार असतो. त्यात रक्ताचा नैवेद्य आणि पाठीला हूक लावून घेणे, आगीत चालणे, स्वतःला चाबकाचे फटके मारून घेणे अशा प्रकारचं स्वपीडन असतं. त्याशिवाय आणखी एक सात्त्विक भक्तीही असते. त्यात पानसुपारी आणि अर्थातच हळदीचा समावेश असतो.

खंडोबा आणि त्याच्या पत्नी

२४

नाथद्वारा :
हवेलीतील देव

ब्रिटिश लोक भारतात आले तेव्हापासून हिंदू धर्म एकजिनसी स्वरूपात समजून सांगण्याची गरज फारच निर्माण झाली. कृष्णाचंच उदाहरण घ्या. अभ्यासू विद्वान त्यास एकच व्यक्तिमत्त्व मानतात म्हणजे येशूची कथा 'बायबलच्या नव्या करारा'त स्पष्ट सांगितलेली आहे, मुहंमद पैगंबरांची कथा 'हादिथ'मध्ये स्पष्ट सांगितली आहे, तशीच कृष्णाची कथा ही *भागवत पुराण* नामक ग्रंथात स्पष्ट सांगितली आहे, असं त्यांचं म्हणणं असतं; परंतु कृष्णाला केवळ ग्रंथांतून समजून घेणं नेहमीच अपूर्ण राहील. कारण, कृष्णाचा अनुभव हा मंदिरसंस्कृतीचा भाग असलेल्या विधींमधून आणि उत्सवांतूनही मिळत असतो. त्याचे तपशील मंदिरातले पुजारी, सेवक आणि भक्तजन यांच्याकडून पिढ्यान्पिढ्या मौखिक स्वरूपात पुढल्या पिढीपर्यंत पोहोचवले जातात. अशा प्रकारे आसाम किंवा ओडिशा किंवा केरळ, राजस्थान किंवा गंगेचा मैदानी प्रदेश येथील कृष्णमंदिरांत जे अनुभव तुम्ही घेता ते धर्मग्रंथांतील भाष्यांशी फारसे जुळणारे नसतात. हिंदूंच्या दृष्टीने पाहता तिथं जो अनुभवच खरा असतो, शास्त्र सांगतो तो नाही.

मंदिरं मला देवतांच्या प्रतिष्ठापनेची आणि नाट्य-नृत्यादि कलांची केंद्रे वाटतात. या कलाप्रकारांत संगीत, अन्न, फॅशन, चित्रकला, काव्य, नृत्य यांचा समावेश असतो. दैवी अनुभूती येण्यासाठी प्रत्येक ज्ञानेंद्रियास तिथे चेतना दिली जाते. प्रत्येक मंदिराचं स्वतःचं असं वैशिष्ट्य असतं. वारकऱ्यांच्या सांगीतिक वारीतून सादर होणारा पंढरपूरच्या विठ्ठलरूपातील कृष्णानुभव हा पुरीच्या जगन्नाथाच्या रंगीबेरंगी रथयात्रेपेक्षा वेगळा असतो. हा अनुभव एकजिनसी करण्याचा प्रयत्नही कुणी करत नाही.

नाथद्वारा येथील हवेली

राजस्थानातील उदयपूरजवळील नाथद्वारा या ठिकाणी आपण श्रीनाथजींच्या 'घराला' भेट द्यायला जातो, तेव्हा हे लक्षात ठेवणं गरजेचं आहे. लक्षात घ्या, या ठिकाणी मी 'घर' हा शब्द वापरलेला आहे, 'मंदिर' नाही. कारण, हा देव एका हवेलीत विराजमान झालेला आहे, मंदिरात नव्हे. या ठिकाणी हिंदू मंदिराचं वैशिष्ट्य असलेलं शिखर नाही की शिखरावरचा कळसही नाही. तसे का? याचा मंदिराच्या इतिहासाशी नक्कीच संबंध असला पाहिजे.

ही मूर्ती सर्वप्रथम गोवर्धन टेकडीवर पूजली जात होती. कृष्णाच्या बालपणाच्या कहाण्यांशी जोडल्या गेलेल्या मथुरेजवळील व्रजभूमीत ही टेकडी आहे. सोळाव्या शतकात या मूर्तीचा केवळ वरती उचललेला हातच काय तो दिसत होता आणि तो हात पाहून हा सर्पदेव आहे अशीच लोकांची समजूत झाली; परंतु कृष्णदेवरायाच्या दरबारातले वेदान्ताचे महान विद्वान वल्लभाचार्य तिथं यात्रेसाठी आलेले असताना त्यांनी ओळखलं की, हा वरती उचललेला नागफणा नसून देवतेचा हात आहे म्हणून त्यांनी मूर्तीभोवती लागलेली माती बाजूला केली आणि काय? संपूर्ण मूर्तीच बाहेर आली. या देवाचे डोळे अगदी आगळेवेगळे 'होडीच्या आकाराचे' होते. वर उचललेल्या हातांनी त्याने गोवर्धन पर्वत धरलेला होता, त्यामुळे इंद्र या आकाश-पर्जन्याच्या वैदिक देवाने बेबंद सोडलेल्या मुसळधार पावसापासून गोकूळवासीयांचं रक्षण होत होतं.

भक्तांच्या दृष्टीने सातवर्षीय कृष्णाची ही प्रतिमा स्वयंभू, 'स्व'रूपात्मक आहे (प्रतीकात्मक नव्हे). वल्लभाचार्यांनी प्रतिमेस 'गोपाल' नाव दिलं. त्यांचे पुत्र विठ्ठलनाथजी (ते गुसैनजी म्हणूनही ओळखले जायचे) यांनी या देवाचं नाव 'श्रीनाथजी' ठेवलं आणि राग (संगीत)-भोग(अन्न)-वस्त्र-शृंगार यांच्यावर आधारित पूजाविधीही तपशीलवार ठरवला. यामुळे या देवाचं रूपांतर ऐहिक जगास होकार देणारा देव असं झालं. पुष्टीमार्गाचं हेच मूलतत्त्व आहे. या जगातील सुखं म्हणजे देवाची कृपा आहे असे तो मानतो आणि देवासह त्यांचा आनंदही घेतो.

या देवाची पूजा गंगेच्या मैदानी प्रदेशात सतराव्या शतकापर्यंत होत होती; परंतु मोगल सम्राट औरंगजेबाच्या मूर्तिभंजक कारवायांपासून मूर्तीचे रक्षण करण्यासाठी ती बैलगाडीत घालून राजस्थानी प्रदेशात आणण्यात आली. रिचर्ड एटन यांच्यासारखे आधुनिक विद्वान भारतातल्या मुस्लीम राजांच्या मूर्तिभंजक हल्ल्यांना फारसं महत्त्व देत नाहीत. त्यांचा दावा असतो की, हे हल्ले फक्त राजकीय असायचे, तात्त्विक नसायचे; परंतु भारतीय लोकसाहित्यात आणि मंदिर-कथांत या आठवणी लख्ख सांगितलेल्या दिसतात. देवाला घेऊन जाणारी बैलगाडी मऊ चिखलात रुतली, त्याच स्थळाला आपण आता नाथद्वारा (देवाचे प्रवेशद्वार) म्हणून ओळखतो.

फारसं कुणाचं लक्ष वेधलं जाऊ नये म्हणून त्या ठिकाणी मंदिर बांधण्यात आलं नाही, त्याऐवजी देवाची प्राणप्रतिष्ठा एका हवेलीत करण्यात आली. अन्य कुठल्याही घराप्रमाणे या हवेलीलाही बैठकीची खोली, स्वयंपाकघर, फुलांची खोली, दूधदुभत्याची खोली, मिठाईची खोली, पानसुपारीची खोली, दागिन्यांची खोली, खजिन्याची खोली अशा बऱ्याच खोल्या आहेत. घोड्यांसाठी तबेला

श्रीनाथजी

आणि गाईंसाठी गोठाही आहे. प्रत्येक गाईच्या गळ्यामध्ये घंटा असते. भक्तजन अगदी मनसोक्त त्यांना खायला घालू शकतात आणि कृष्णाच्या बालपणाला आकार देणाऱ्या ग्रामीण जीवनातील आनंद अनुभवू शकतात.

या मंदिराचं मेवाडच्या राजपुतांनी संरक्षण केलं. गुजराती वैष्णवांचाही त्यास आश्रय लाभला आहे. या पंथाचे बरेचसे लोक व्यापारी, उद्योजक आणि व्यावसायिक असतात. श्रीनाथजी रोज थोडा वेळ भक्तांना दर्शन देतात. या दर्शनास 'झांकी' किंवा डोकावून पाहणे म्हटले जाते. दिवसाला आठ वेळा पडदा उघडतो, तेव्हा आपल्याला सजलेला देव दृष्टीस पडतो. एकदा घातलेली वस्त्रे पुन्हा घातली जात नाहीत. देवासाठी वस्त्रभांडारही मोठेच असते. त्या वस्त्रांत एक मोघल वेश आणि एक स्त्रीवेशही आहे, तसेच ही वस्त्रे रंगमंचासारख्या विशिष्ट पार्श्वभूमीवर सादर केली जातात. त्या मागच्या पडद्यास पिछवाई असे म्हटले जाते. त्यात मोर, गायी, हरणे, कृष्णमेघ, कमळफुलं यांच्या प्रतिमांनी भरलेली वृंदावन आणि मधुवनाची चित्रे असतात.

हवेलीकडे जाणाऱ्या चिंचोळ्या गल्ल्यांत चहाचे ठेले आहेत. तिथं बसून लोक एकमेकांना हवेलीच्या कहाण्या सांगताना दिसतात. देवाने घातलेली वस्त्रे, त्यांनी त्या भेटीत कितीदा दर्शन घेतलं वगैरे माहिती त्यात असते. गुजराती व्यावसायिक भारताच्या आणि जगाच्या कानाकोपऱ्यात आहेत हा विचार करता येथे जमलेल्यांची 'आंतरराष्ट्रीयता' तुम्हाला नक्कीच जाणवेल. श्रीनाथजी त्या सर्वांना मुळं रुजवण्यासाठी घर देतो. त्या आदरापोटी त्याचा उल्लेख ठाकूरजी म्हणजे 'घराचा स्वामी' असा केला जातो.

दर्शन मिळण्याची शक्यताच नव्हती अशा वेळेस मी तिथं पोहोचलो होतो; परंतु खूप दूरचा प्रवास करून आणि गोशाळेतील गायींना खाऊ घालण्याचा आनंद घेऊन झाल्यावर मी ठरवलं होतं की, आपण निदान हवेली बाहेरून तरी बघायची. आश्चर्याची गोष्ट म्हणजे मला तिथल्या लोकांनी सांगितलं की, 'आदल्या रात्री होळीचा सण होता म्हणून देव जास्त काळ जागा राहिला, त्यामुळे आज उशिरा उठला आहे. अर्थातच उशिरा आलेल्या लोकांनाही दर्शन देतो आहे.' मला ते ऐकून खूपच आनंद झाला. मंदिरातील विधींमुळेच देवाचं रूपांतर असं जिवंत व्यक्तीत होतं म्हणजे रात्री पार्टी होती म्हणून देव उशिरा झोपतो आणि सकाळी लहान मुलासारखा

उशिरा उठतो. मंदिरांतील विधींमुळेच देव ग्रंथातून उडी मारून बाहेर येतो आणि इंद्रियगोचर, भावनिक अनुभव बनतो. तो केवळ अमूर्त ज्ञानाच्या स्वरूपात राहत नाही. फक्त या क्रीडेत आणि कलेत सहभाग घेण्याची तुमची इच्छा हवी.

२५

पंढरपूर :
अभंगांतून क्रांती

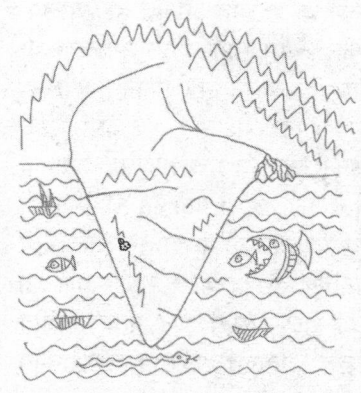

आठशे वर्षांपूर्वी सुरू झालेल्या भक्तिमार्ग चळवळीचे पंढरपूर हे केंद्र. याच चळवळीने मराठी वाङ्मयास जन्म दिला. शतकानुशतकं पावसाळ्यात हरिपथाचे म्हणजेच कृष्ण-रूपातील विष्णूचे अनुयायी म्हणजेच हजारो वारकरी ग्रामीण महाराष्ट्र आणि कर्नाटकातून दूरदूरचं अंतर तुडवून पंढरपूरला येतात. 'दिंडी' म्हणून ओळखली जाणारी ही तीर्थयात्रा बघण्यासारखी असते. आकाशात फडफडत्या ध्वजांची रांग लागलेली असते, देखण्या बैलगाड्या, फुलांनी सजवलेल्या पालख्या असतात. चंदनी गंध, गळ्यात तुळशीमाळा, हातात वीणा आणि चिपळ्या असे पांढऱ्या वेशातील पुरुष पारंपरिक भजनं म्हणत जात असतात, तर नऊवारी साड्या नेसलेल्या स्त्रिया डोक्यावरच्या पितळी तुळशीवृंदावनात तुळशीची रोपं सांभाळत चालत असतात. कृष्णापुढे म्हणजे स्थानिक स्तरावर पांडुरंग, विठ्ठल म्हणून ओळखल्या जाणाऱ्या देवापुढे नतमस्तक होण्यासाठी म्हणून हे सर्व जण जात असतात. संतकवींकडून प्रेरणा घेऊन भक्तजन त्यास प्रेमाने 'विठाई' म्हणतात आणि त्यायोगे लिंगभेदाची सर्व ताठरता ओलांडून त्या देवास मातेची अथांग शहाणीव बहाल करतात.

पंढरपूर येथील मंदिर

विठ्ठल या शब्दाची व्युत्पत्ती गूढ आहे. विठू हा विष्णूचा अपंभ्रश आहे का? की विटेवर तो उभा आहे म्हणून त्यास विठ्ठल म्हटलं आहे? किंवा कदाचित वेद या शब्दावरून हा शब्द आला असेल का? सावळ्या रंगाच्या कृष्णास 'पांडुरंग' म्हणजे गौरवर्णी म्हटलंय ते तर आणखीच गोंधळात टाकणारं आहे; परंतु कांतीबद्दलच्या तपशिलात भक्तजनांना स्वारस्य नसतं. त्यांना महत्त्वाचं काय वाटतं, तर पुंडलिक नामक भक्ताला भेटण्यासाठी कृष्ण या प्रदेशात आला. हा पुंडलिक मातापित्यांच्या सेवेत एवढा मग्न होता की, त्यास मागे वळून आपल्या या दैवी पाहुण्याचं स्वागत करायलाही वेळ नव्हता. म्हणून पुंडलिकाने कृष्णाच्या दिशेनं वीट सरकवली आणि 'माझी कर्तव्यपूर्ती होईपर्यंत इथं उभा राहा' असं सांगितलं, त्यामुळे कमरेवर हात ठेवून कृष्ण उभाच राहिला. आपला हा 'प्रातिनिधिक' भक्त काम संपवून मागे वळेल, अशा प्रतीक्षेत तो अजूनही उभाच आहे. अशा प्रकारे ऐहिक जगातील गृहस्थाश्रमी नाट्यातून उदात्त दैवी शक्ती भक्तांशी जोडली जाते. रामचंद्र चिंतामण ढेरे यांच्या द *राईझ ऑफ अ फोक गॉड – विठ्ठल ऑफ पंढरपूर* या मूळ मराठी पण नंतर इंग्रजीत अनुवादित पुस्तकातून या तीर्थस्थानाविषयीच्या गुंतागुंतीच्या मानववंशशास्त्रीय आणि समाजशास्त्रीय स्तरांची माहिती आपल्याला कळते.

माझ्या बालपणी दूरदर्शनवर दाखवलेल्या १९३१–४० आणि १९४१–५०च्या दशकातील मराठी कृष्णधवल चित्रपटांतून मी पंढरपूरच्या विठ्ठलाशी जोडला गेलो. ज्ञानेश्वर, तुकाराम, एकनाथ, सखुबाई, चोखा मेळा, गोरा कुंभार यांच्यासारख्या भक्तिमार्गी संतांची कथा हे चित्रपट सांगायचे. हे लोक किती वेगवेगळ्या पार्श्वभूमीतून आलेले असायचे हे मला तेव्हाही जाणवलं होतं, हे आठवतं. हे सगळे स्त्री–पुरुष शेतकरी होते, कुंभार होते, चांभार होते आणि ब्राह्मणही होते. आज माझ्या लक्षात येतंय की, भारताच्या स्वातंत्र्यकाळातल्या या चित्रपटांत त्यांच्या निर्मात्यांनी अगदी त्या काळाप्रमाणेच भक्ती आणि राजकारण यांचा उत्कृष्ट मिलाफ साधला

होता. हे चित्रपट समाजसुधारणांबद्दल बोलत होते; परंतु आजकालच्या संताप, आंदोलन आणि हिंसा या माध्यमांतून नव्हे तर सौम्यपणे, प्रेमळ कोपरखळी मारत- भयंकर संकटातही श्रद्धा आणि चिकाटी धरून ते तसं करत होते.

उदाहरणार्थ, तेराव्या शतकातील संतकवी ज्ञानेश्वर आणि त्यांची भावंडेच घ्या. त्यांचे पिता संन्यासी बनले होते; परंतु गुरूंना जेव्हा कळलं की, पत्नीची परवानगी न घेताच ते संन्यासी बनले आहेत, तेव्हा त्यांनी त्यांना परत गृहस्थाश्रमात जाण्याची आज्ञा दिली; परंतु ब्राह्मण समुदायास त्यांचं हे परतणं मान्य झालं नाही, त्यांनी या जोडप्यास वाळीत टाकलं. अशा प्रकारे त्यांची मुलं ब्राह्मण समुदायाबाहेर परंतु ब्राह्मणी संस्कारांतच लहानाची मोठी झाली. त्यांच्या मातापित्यांना ब्राह्मणांनी सांगितलं की, तुम्ही आत्मत्याग करून पापांचं प्रायश्चित्त घेतलं तर या परिस्थितीत बदल होऊ शकतो, तेव्हा आपल्या मुलांचं आयुष्य नीट जावं यासाठी मातापित्यांनी मृत्यूस कवटाळलं; परंतु त्यानंतरही मुलांना जातीमध्ये घेण्यात आलं नाही. ती बहिष्कृतच राहिली. खालच्या जातीच्या महारांकडे ती वाढली का? माहिती नाही. कारण, आपण फक्त अंदाजच बांधू शकतो. अशी मुलं खरं तर कडवट आणि संतप्त व्हायची परंतु ही मुलं तशी नव्हती. त्यांनी काव्यांतून केवळ प्रेम, मातेची ओढ हेच भाव व्यक्त केले म्हणूनच कृष्ण त्यांच्यासाठी 'विठूमाउली' बनला. बऱ्याचदा 'भक्ती' या शब्दाचा अनुवाद करताना 'स्वामीनिष्ठा' असा अर्थ येऊन एक प्रकारच्या सरंजामशाहीचा वास त्यास येतो; परंतु भक्तीचा अर्थ वात्सल्य असाही होतो, ते वात्सल्य मातेचं बालकाप्रती असतं.

ज्ञानेश्वरांनी मराठी या स्थानिक भाषेत भगवद् गीतेचा अनुवाद करून किंवा तिचा नव्याने अर्थ लावून एका प्रेममय बंडाचा झेंडा फडकवला आणि गीतेतील ज्ञान सर्वांपर्यंत पोहोचवलं. हे या पूर्वी कधीही घडलं नव्हतं. देवभाषा संस्कृतची जागा अशा प्रकारे लोकभाषांनी घेतली. 'भावार्थ दीपिका' नाव असलं तरी हा ग्रंथ 'ज्ञानेश्वरी' म्हणून अधिक प्रसिद्ध पावला, त्यामुळे भारताच्या परिसरातील बऱ्याच लोकांना भारतातील ज्ञान प्रादेशिक भाषांत मांडण्याची स्फूर्ती मिळाली.

देवाचे शब्द जनसामान्यांपर्यंत प्रादेशिक भाषांतील गीतांतून पोहोचवण्याची ही प्रथा सर्वदूर लोकप्रिय झाली. या गीतांना अभंग म्हटलं

जातं. अभंग याचा अर्थ, मानवातील मानवी आणि दैवी गुणांतील एकतानता 'भंग' होऊ नये म्हणून लिहिलेली पदे. माझा आवडता अभंग आहे – तुकारामांनी सतराव्या शतकात लिहिलेला – 'वृक्षवल्ली आम्हा सोयरी वनचरे.' यामध्ये ते लिहितात की, जंगलात एकांतात फिरताना पशुपक्ष्यांचा सहवास किती सुखद वाटतो. धरतीचं आसन आणि मस्तकावरील आकाशाचा मंडप यांच्या सान्निध्यात विठ्ठलाच्या गाण्यांवर पोषण होत असताना त्यांच्या लक्षात येतं की, आपला स्वतःच्याच मनाशी वाद आणि संवाद चालला आहे. अशा प्रकारे देवभक्तीतून ते स्वतःचं प्रतिबिंब पाहत होते, त्यामुळेच त्यांना स्वत्त्वाचं भानही येत होतं.

तुकारामांच्या कथेत त्यांच्या सहनशील, व्यावहारिक पत्नीने तावातावाने उकरून काढलेली भांडणं आढळून येतात. देवाच्या नादी लागण्यापेक्षा तुकारामांनी आपल्या उपाशी मुलांच्या पोटी चार घास घालावेत, अशी तिची अपेक्षा होती. वेगळ्या शब्दांत सांगायचं तर 'आधी पोटोबा मग विठोबा' असं त्यांनी करावं, असं तिला वाटत होतं. संन्याशाचा आदर्शवादी दृष्टिकोन आणि गृहस्थाचा व्यावहारिक दृष्टिकोन यातील हा तणाव ज्ञानेश्वरांची बहीण मुक्ताबाई हिनं रचलेल्या अभंगांतूनही दिसून येतो. मुक्ताबाई आपल्या बंधूस त्यांच्या खोलीचं दार उघडून बाहेर या आणि मला अन्न रांधण्यास मदत करा असं ताटीच्या अभंगांत सांगतात.

विठ्ठल आणि रखुमाई

दंतकथा आणि त्यांवर आधारित चित्रपट आपल्याला सांगतात की, ज्ञानेश्वरांनी समाधी घेऊन स्वेच्छेने स्वतःच्या नश्वर देहाचा त्याग केला. तुकारामाना स्वतः विष्णूंनी गरुडावर उचलून घेतलं आणि वैकुंठलोकास नेलं. या सगळ्याचा अर्थ काय? इतिहासकार आणि तर्कवादी लोक म्हणतात की, ब्राह्मणांनी तुकारामांची हत्या केली, तर ज्ञानेश्वरांनी स्वतःहून विधिवत आत्महत्या केली असावी; परंतु या दृष्टिकोनास भक्तमंडळी उग्र विरोध करतात. कदाचित, अशा

कठोर लेखनातून आपल्या जीवनातली कटुता वाढावी असं आपल्याला वाटत नसेल. जेव्हा आपल्याला जाणवतं की, समानता अशक्य आहे, तेव्हा आपण सगळे मुक्तीसाठी तळमळतो. त्याला काही जण नकारात्मकता किंवा पलायनवाद म्हणतही असतील, तर काही जण त्यास एका जागीच कुंठित न होता पुढे जाणे, पुढच्या दिशेने जाणे, यात्रेकरूंच्या मार्गाने जाणे असं म्हणत असतील.

२६

बद्रीनाथ :
बोरीच्या झाडाखाली

बद्रीनाथ आणि केदारनाथ ही तीर्थयात्रेची दोन स्थळं उत्तराखंड येथील डोंगरांवर आहेत. हिवाळ्यात ती बंदच असतात. ही दोन्ही क्षेत्रे १२०० वर्षांपूर्वी वैदिक ज्ञानाचं पुनरुज्जीवन करणारे विद्वान आद्य शंकराचार्य यांच्याशी संबंधित आहेत. आदिशंकराचार्यांनीच तीर्थक्षेत्रे निश्चित केली आणि बौद्धिक हिंदू धर्माची (ज्ञानमार्गाची) सांगड भावनिक हिंदू धर्माशी (भक्तिमार्गाशी) घातली. त्यांनीच गंगा-यमुनेचे पारंपरिक आरंभस्रोत गंगोत्री-यमुनोत्री आणि बद्रीनाथ, केदारनाथ यांच्या दर्शनार्थ छोटी चारधाम यात्रा आखली.

त्याचप्रमाणे आद्य शंकराचार्यांनी मोठी चारधाम यात्राही आखली. ती भारताच्या चार कोपऱ्यांना भेट देऊन पूर्ण होते. पूर्वेस पुरी-या ठिकाणी विष्णू अन्नसेवनासाठी जगन्नाथाचं रूप घेतो, दक्षिणेस रामेश्वरम्-या ठिकाणी राम रूपातील विष्णू शंकराची पूजा करतो, पश्चिमेस द्वारका-या ठिकाणी विष्णू कृष्णरूपात संरक्षकाचं कार्य करतो, तर उत्तरेस बद्रीनाथ-तिथं विष्णू त्याची सहचरी लक्ष्मी हिचं प्रतीक असलेल्या बोरीच्या वृक्षाखाली तपश्चर्या करत बसतो.

विष्णूचं बद्रीनाथ मंदिर

बद्रीनाथाचं नातं विष्णूशी आहे, तर केदारनाथाचं नातं शिवाशी आहे. आद्य शंकराचार्यांना विष्णुभक्त आणि शिवभक्त यांच्यातील शत्रुत्वाचा परिचय असावा. दक्षिणेत लहानाचे मोठे झाल्याने विष्णुभक्त अलवार आणि शिवभक्त नयनार यांच्या गीतांशी त्यांची ओळख झाली असणार. आद्य शंकराचार्यांना माहिती असणार की, शिव हा संन्यस्त यती होता. शक्तीने त्याचं रूपांतर गृहस्थात केलं, तर विष्णू हा गृहस्थाश्रमी होता. त्यानं रामराजाच्या रूपात विरक्तपणे आसक्ती भोगली तर राजाला घडवणाऱ्या कृष्णरूपात तो आसक्तीकडून विरक्तीकडे गेला. आदिशंकराचार्यांना हेही माहिती असणार की, शिवाचा संबंध भस्माशी आहे तर विष्णूचा संबंध पाण्याशी आणि चंदनलेपाशी आहे. शिवाचा संबंध आडव्या रेषांशी (त्रिपुंड्राशी) आहे, तर विष्णूचा संबंध उभ्या रेषांशी (ऊर्ध्व-पुंड्राशी) आहे. शिवाला कच्चं दूध आणि बिल्वपत्रे वाहिली जातात, तर विष्णूस लोणी आणि तुळशीपत्र वाहिले जाते. शिवाची जोडी अल्लड-चंचल गंगेशी लावली जाते तर विष्णूची जोडी निराधार-पोरक्या यमुनेशी लावली जाते. विष्णू आणि यमुना यांना सावळ्या वर्णाचे मानले जाते, तर शिव आणि गंगा यांना गौरवर्णी मानले जाते. आद्य शंकराचार्यांनी चार धाम यात्रांचे छोटे आणि मोठे वर्तुळ ठरवले, तेव्हा या परस्परपूरक आणि परस्परस्पर्धक अशा आगम म्हणजेच मंदिर परंपरा आणि निगम म्हणजेच वेदांतील सूक्ते आणि उपनिषदांतील संकल्पना यांचा मिलाफ केला.

बद्रीनाथ आणि केदारनाथ यांना महाभारताशी जोडलं गेलं आहे. पांडवांनी कुरुक्षेत्र या ठिकाणी लढाई जिंकली. त्यानंतर आपल्या चुलतबंधूंना ठार मारल्याबद्दल त्यांची मनं पश्चात्तापाने आणि अपराधी भावनेने तडफडू लागली. कृष्णाने कितीही बौद्धिक तर्कवाद आणि व्यावहारिक विचार सांगितला तरी या भावनिक दुःखाला त्यांना तोंड देता येईना म्हणून मनःशांतीच्या शोधार्थ हे पाच बंधू आणि त्यांची सामायिक पत्नी द्रौपदी हिमालयात गेले. त्या ठिकाणी शिवाने स्वर्गीय गंगेला पृथ्वीवर येऊन वाहण्याची क्षमता प्रदान केली होती. त्याच ठिकाणी ज्ञानयोगाचं (उदात्त स्वर्गीय श्रद्धांचं) रूपांतर कर्मयोगात (प्रत्यक्ष वर्तनात) होत होतं. तिथं

त्यांना बैलाच्या रूपात शिव भेटला. त्यांनी त्याच्याकडून आपल्या भावनिक संकटावरील उपाय मागितला.

परंतु बैल रूपातील शिव तिथून पळून गेला. उपाय मिळालाच पाहिजे या निर्धाराने पांडव त्याच्या मागोमाग धावू लागले. बैलरूपी शिवाने भूमिगत होण्याचा प्रयत्न केला; परंतु भीमाने त्याचं वशिंड पकडलं आणि त्याला जमिनीच्या आत गुप्त होण्यापासून रोखलं. तेच वशिंड पुढे केदारनाथ येथे पूजलं जाणारं शिवलिंग बनलं.

कालांतराने, पृथ्वीवर धर्माची प्रतिष्ठापना केल्यानंतर पांडवांनी समाजाचा त्याग केला आणि ते हिमालयात परतले. तिथं ते स्वर्गद्वाराच्या शोधार्थ डोंगर चढत राहिले. वाटेत त्यांना बोरीच्या झाडाखाली विष्णू तप करताना दिसले. हेच ठिकाण बद्रीनाथ होते. याच ठिकाणी विष्णूनं महाभारत घडून येण्यापूर्वी दुहेरी म्हणजेच – नारायण (आदिगुरू) आणि नर (आदिशिष्य) स्वरूप धारण केले होते. तेच नंतर कृष्ण आणि अर्जुन रूपात जन्माला आले.

कलाकृतीत नारायणास चार हातांचा यती दाखवलं जातं. त्याच्यासोबत नेहमी हरीण असतं, तर नरास दोन हातांचा दाखवतात. तो हरिणाजिन परिधान करतो, नेहमी वाघासोबत असतो. यातून सूचित होतं की, नारायण हा विवेकी यती असून, नर हा बहुधा राजा/शिकारी असून यतीच्या सल्ल्याने चालतो. हे दोघेही वेगळे करता येत नाहीत. काही कथा अशा आहेत, ज्यात हे दोघे जण एका असुराविरुद्ध युद्धासाठी जातात. या असुराने

शिवाचे केदारनाथ मंदिर

१००० आवरणांचं चिलखत घातलेलं असतं. 'नारायण' सारथी होतो, तर 'नर' धनुर्धारी बनतो. ते चिलखताचे ९९९ तुकडे नष्ट करण्यात यशस्वी होतात; परंतु तेवढ्यात कल्पान्ताची वेळ जवळ येते (कल्पान्ताची वेळ म्हणजे पृथ्वीची जीवनसमाप्तीची वेळ). त्यानंतर तिसऱ्या युगात अथवा द्वापार युगात अथवा पुढील कल्पात त्या असुराचा कर्ण म्हणून पुनर्जन्म

होतो. त्याला मारण्यासाठी नारायण कृष्ण म्हणून जन्म घेतो, तर नर अर्जुन म्हणून जन्म घेतो.

आणखी एका कथेत इंद्र नर आणि नारायण यांना मोहात पाडण्यासाठी असंख्य अप्सरांना पाठवतो, त्यामुळे नारायण संतापतो. रागाने तो मांडीवर थाप मारतो, तेव्हा त्यातून एक उर्वशी नामक अप्सरा बाहेर येते (उरू म्हणजे मांडी – मांडीतून जन्मली म्हणून ती उर्वशी) ती इंद्राच्या सर्व अप्सरांपेक्षा सुंदर असते. त्यानंतर ती इंद्रालाच मोहात पाडायला बघते, त्यामुळे इंद्राचा गर्व नाहीसा होतो आणि तो या साधूंच्या वाटेस जाणं बंद करतो.

महाभारतातील या कथा, त्यांचा आदिशंकराचार्यांशी जोडलेला संबंध, शिव–विष्णू, गंगा–यमुना यांची परस्पर–पूरकता, भारतातील डोंगरदऱ्या आणि चार कोपरे जोडणारे भक्तिमार्ग हे सगळे एकमेकांपासून तुटलेल्या गोष्टींना एकत्र आणण्याची हिंदू धर्माची असोशी दर्शवतात. एकमेकांपासून तुटलं जाणं म्हणजे वियोग असेल, तर जोडलं जाणं म्हणजे योग असतो. तुटलं जाण्यामुळे वेदना किंवा असोशी निर्माण होत असेल, तर ज्ञानामुळे किंवा वेदांमुळे एकमेकांना जोडताही येतं.

७

युरोपियन युग
(४०० वर्षांपासून)

युरोपातले ख्रिश्चन राजे आफ्रिका-आशियातील मुस्लीम राजांचा तिरस्कार करायचे. मुस्लीम जगताच्या ताब्यातल्या भूमार्गांना वळसा घालून पुढे जाण्यासाठी त्यांनी समुद्रीमार्ग शोधून काढले. सर्वांत अगोदर पोर्तुगीज, मग डच, त्यानंतर इंग्रज आणि फ्रेंच असे ते लोक होते. व्यापारी म्हणून ते लोक भारतात आले. त्यानंतर ते स्थानिक राजांचे भाडोत्री सैनिक म्हणून राहिले. सरतेशेवटी त्यांनी राज्यकारभार आपल्या हाती घेतला आणि ते कर गोळा करू लागले. चीनमध्ये विकता यावं म्हणून त्यांनी शेतकऱ्यांना जबरदस्तीने अफूचं पीक घ्यायला लावलं तर युरोपातल्या गिरण्यांसाठी कापसाचं पीक घ्यायला लावलं. युरोपातील औद्योगिक क्रांतीने भारतातील स्थानिक कारागीर आणि व्यापाऱ्यांचा धंदा पार बसवला. इस्लामच्या आगमनामुळे भारतातील राजकारण बदललं असेल, तर युरोपियनांच्या आगमनाने येथील आर्थिक घडी पार विस्कटून टाकली.

ख्रिश्चन मिशनऱ्यांनी भारतीयांत त्यांचा धर्म रुजवण्याचा प्रयत्न केला. आफ्रिका आणि दोन्ही अमेरिकांत त्यांनी तसंच केलं होतं; परंतु येथील संस्कृती चिवट होती. ती उपटून फेकून देणं तेवढं सोपं नव्हतं. त्यांना बहुदैवत पद्धतीच्या आवरणाआड एकदेव पद्धतीही दिसली. पुनर्जन्मावरील विश्वास, गुंतागुंतीच्या तत्त्वज्ञानाचं रूपकांतून कथन, मुस्लीम राजांसह गुण्यागोविंदाने सहजीवन, मुस्लीम व्यापाऱ्यांशी व्यापारी संबंध असं सगळं दिसलं. मग युरोपियन प्राच्यविद्याकार हिंदू धर्माचा अर्थ शोधू लागले, त्याची नवीन

चौकट बनवू लागले. त्या योगे त्यांना धर्मांतर घडवून आणता आलं असतं; परंतु त्यांना मर्यादित यश मिळालं. कारण, बऱ्याच जणांना 'मदर मेरी' ही भारतातील अगणित देवींपैकीच आणखी एक रूप आहे असं वाटलं, तर येशू हा हिंदू देवाचा आणखी एक अवतार आहे, असाच त्यांचा समज झाला.

परंतु समानता, स्वातंत्र्य, प्रजासत्ताक राज्य, लोकशाही आणि सर्वधर्मसमभाव अशा नवनव्या कल्पना आणि अभ्यासाचे नवनवे विषय युरोपशी संबंध आल्याने पुढे आले. ग्रंथांचा काळजीपूर्वक अभ्यास, प्रथा-श्रद्धांचं दस्तऐवजीकरण, वेद-उपनिषदे, पुराणे, महाकाव्ये यांचं विश्लेषण, हिंदू धर्म नव्याने समजून घेणं असं सगळं त्यात होतं. ब्रिटिशांनी भारतात आगगाडी आणली, त्यायोगे प्रवास सुखद झाला आणि भारतीय उपखंडही कधी नव्हे तेवढा जोडला गेला. पूर्वी राजांनी पुरातन काळी बांधलेले मोठे हमरस्तेच तेवढे होते. आगगाडीत बसून काशीपासून कांचीपर्यंत, द्वारकेपासून पुरीपर्यंत पूर्वी कधी अनुभवला नव्हता, एवढ्या सहजपणे आणि वेगाने प्रवास करता येऊ लागला. तीर्थयात्रा पूर्वीसारख्या भयंकर, दीर्घ प्रवास उरल्या नाहीत, तर रजेच्या काळात मजेत व्यतीत करायचे प्रवास बनल्या.

याच वसाहतीच्या कालखंडात जगाला, बिगर-अब्राहमिक धर्मही जगात आहेत, याची नोंद घेणं भाग पडलं. त्यातूनच बहुधर्मवादाची कल्पना उदयास आली. वसाहतींचा प्रसार होण्यापूर्वी युरोपियनांना त्यांचा धर्म हाच खरा धर्म वाटत होता. तिथं प्रचलित ख्रिश्चन धर्म न मानणारे, जुन्या रानटी प्रथा बाळगणारे लोक होते, त्यांच्याशी या ख्रिश्चनांचे मतभेद होते, या रानटी (पॅगन) लोकांना ते ख्रिश्चन धर्मात आणण्याचा प्रयत्न करीत; परंतु याच वसाहतीच्या कालखंडाने बहाईसारख्या चळवळींचा उदयही पाहिला. यात धार्मिक वैविध्यांतून एकता शोधली जात होती.

२७

वेलंकण्णी माता :
अवर लेडी ऑफ गुड हेल्थ

ती व्हर्जिन मेरी आहे – येशू ख्रिस्ताची आई आणि तरी तिला साडी नेसवलेली आहे. हजारो भक्तजन वेलंकण्णी, तमिळनाडू येथे तिच्या मंदिरात गर्दी करतात. रोमन कॅथलिक चर्चने १९६२ साली ते मंदिर म्हणजे 'बॅसिलिका' असल्याची मान्यता दिलेली आहे. भक्तजन खाली वाकून मेरीमातेच्या पाया पडतात, त्यांचे हात तिच्या दिशेला उंचावर तिची करुणा भाकतात, तिच्यासमोर जमिनीला नाक रगडतात, रांगत रांगत तिच्या मंदिरापर्यंत जातात. तिच्या स्तुतीची गीतं गातात, आनंदाने बेभान होऊन रडतात, केस भादरतात आणि भक्तीचं प्रतीक म्हणून तिला फुलं, साड्या आणि मेणबत्त्या वाहतात. कारण, ती 'अवर लेडी ऑफ गुड हेल्थ' आहे.

कथा अशी आहे की, सोळाव्या शतकात एक गुराखी बाजारात दूध विकायला चालला होता, तेव्हा एका तळ्याकाठी तो पाणी पिण्यासाठी आणि वडाच्या झाडाखाली विश्रांती घेण्यासाठी म्हणून थांबला. तेव्हा एक स्त्री त्याच्यासमोर अवतीर्ण झाली, तिच्या कडेवर एक मूल होतं, तिनं बाळासाठी थोडंसं दूध मागितलं. गुराखी मुलानं तिला त्याची चरवी दिली.

मुलाला दूध पाजल्यावर तिनं चरवी परत दिली, गुराख्याचे आभार मानले आणि ती तिथून नाहीशी झाली. मुलगा बाजारात पोहोचेपर्यंत उशीर झाला होता, त्यामुळे ग्राहक नाराज झाले होते. त्यानं उशीर झाल्याबद्दल त्यांची क्षमा मागितली आणि आपल्याला वाटेत कोण भेटलं ते सांगितलं. त्यानंतर लोकांनी बघितलं तर ती चरवी दुधाने ओसंडून वाहू लागली होती. ते दृश्य पाहून सगळे जण थक्क झाले. याचा अर्थ, ती सर्वसामान्य स्त्री नसणार, नक्कीच कुणीतरी देवी असणार. स्थानिक कॅथलिकांनी तिला 'मदर मेरी' म्हणून ओळखलं. मग जिथं ती त्या मुलाला भेटली, त्या तळ्याजवळ एक छोटं मंदिर उभारण्यात आलं. त्या तळ्याचं नाव 'माताकुलम' किंवा 'मातेचं तळं' किंवा 'अवर लेडीज पूल' असं ठेवण्यात आलं.

वेलंकण्णी येथील चर्च

काही लोक म्हणतात की, काही वर्षांनी म्हणजे १५९७ साली ती पुन्हा एकदा दिसली. या वेळी एक पांगळा मुलगा रस्त्याच्या कडेला बसून ताक विकत होता, तिनं त्याच्याकडे तिच्या बाळाला पाजण्यासाठी ताक मागितलं. बाळाला ताक पाजल्यावर तिनं त्या मुलाला नागपट्टिनम येथील एका कॅथलिक रहिवाश्याला निरोप द्यायला सांगितला की, 'माझ्यासाठी इथं एक चर्च बांधा.' परंतु मुलगा म्हणाला की, 'मी अपंग असल्याने तुमचा निरोप द्यायला जाऊ शकत नाही.' तेव्हा ती स्त्री हसून त्याला म्हणाली की,

'तू उभं राहायचा प्रयत्न कर पाहू.' आश्चर्य म्हणजे तो मुलगा केवळ उभाच राहिला नाही, तर चालूही लागला आणि धावत शहरापर्यंत जाऊही शकला. त्यामुळे त्या स्त्रीचा निरोपही त्याला देता आला, तेव्हा त्या गृहस्थाचीही खात्री पटली की, 'अवर लेडी ऑफ गुड हेल्थनेच हा चमत्कार घडवून आणला आहे.'

सरतेशेवटी एकदा असं घडलं की, पोर्तुगीज खलाश्यांचा एक गट चीनमधील मकाव येथून श्रीलंकेला चालला होता, तेव्हा वाटेत बंगालच्या उपसागरात त्यांना एका भयंकर वादळास तोंड द्यावं लागलं, तेव्हा त्यांनी मदर मेरीची प्रार्थना करून म्हटलं की, तू आम्हाला वाचवलंस तर आम्ही तुझं चर्च बांधू, तेव्हा ते अवर लेडी ऑफ गुड हेल्थशी संबंधित भागात सुरक्षितपणे उतरले.

ही तीन रूपं एकाच प्रदेशात दिसली तिथं आज गॉथिक शैलीतील बॅसिलिका उभी आहे. तिथं आज वीस लाख भक्तजन जातात. खास करून ऑगस्ट-सप्टेंबरमध्ये तिचा नऊ दिवसांचा उत्सव असतो, तेव्हा खूप गर्दी जमते, तेव्हा तमिळ, मल्याळी, तेलगु, कन्नड, कोंकणी, मराठी, हिंदी आणि इंग्रजी अशा कमीत कमी आठ भाषांत सामुदायिक प्रार्थना (मास) आयोजित केली जाते. तिथं सगळ्या जाती-धर्मांचे लोक गर्दी करतात. कारण, त्या तीर्थक्षेत्रातली देवी सगळे आजार बरे करते अशी श्रद्धा आहे. या स्थळाला 'पूर्वेकडील लॉड्र्स' असं म्हटलं जातं; परंतु फ्रान्समधील लॉड्र्स या खेड्यात मेरीने एकोणिसाव्या शतकात एका स्थानिक शेतकरी कुटुंबातील मुलीला दर्शन दिलं होतं, वेलंकण्णीचं दर्शन तर अगोदर घडलेली घटना होती.

देवीच्या उत्सवानिमित्त सुरुवातीला चर्चसमोरील ध्वजस्तंभावर झेंडा फडकवला जातो, तर सांगता करताना तिला मुकुट चढवून मिरवणूक काढली जाते. ज्यांचे आजार बरे झालेले असतात ते लोक देवीला साड्या किंवा बऱ्या झालेल्या अवयवाची सोन्याची किंवा चांदीची प्रतिकृती वाहतात. भक्तांच्या दृष्टीने अवर लेडी ऑफ वेलंकण्णी माता अपत्यहीनांना अपत्य देते, अविवाहितांना जोडीदार देते, बेरोजगारांना काम देते. ती सगळ्या जखमा बऱ्या करते, सगळ्या वेदना पुसून टाकते. तिला मानवजातीचं दुःख समजतं. तिचं चित्र काढताना कधी कधी सूर्याला म्हणजेच तिचा पुत्र येशू यास पूरक ठरणारी चंद्रकोर तिच्या पायापाशी दाखवली जाते.

या चर्चमध्ये कॅथलिक श्रद्धा आणि बरेच हिंदू धार्मिक विधी एकत्र आले आहेत. एखाद्या कर्मठ ख्रिश्चनास त्यामुळे अस्वस्थ वाटलं तरी रोमन कॅथलिक संप्रदायाचे स्थानिक प्रतिनिधी भारतीय रूपके वापरून केलेल्या त्या उत्कट भक्तीचा आदरच करतात. हजारो वर्षं भारतीयांना 'अम्मा' ही संकल्पना परिचित होती. खेड्याचं रक्षण आणि भरणपोषण करणारी ग्रामदेवता परिचित होती. भारतभरात जवळ जवळ प्रत्येकच खेड्यात स्थानिक ग्रामदेवता असायचीच. ही देवी स्त्रियांना मुलं होण्यास मदत करायची, त्यांचे आजार बरे करायची आणि ती कोपली तर प्लेग आणि रोगराई निर्माण करायची. म्हणजेच 'अवर लेडी ऑफ गुड हेल्थ' या पवित्र स्थळी मागच्या काही शतकांमध्ये स्थानिक आदिवासी जमातींच्या/हिंदूच्या/बौद्ध/जैन यांच्या किंवा या सर्वांच्याच ग्रामदेवीचं मंदिर पूर्वीच्या काळात असण्याची शक्यता आहे. भारतात संप्रदाय बदलतात; परंतु दैवत तसंच राहतं.

मेरी माता आणि बाळ येशू

ख्रिश्चन धर्म भारतात २००० वर्षांपूर्वी आला. स्थानिक श्रद्धेनुसार, सेंट थॉमस या येशू ख्रिस्ताच्या एका शिष्यासह हा धर्म केरळात आला. येशूचं पुनरुत्थान झालं, यावर विश्वास नसलेला हाच शिष्य होता. त्याशिवाय इजिप्त आणि अरबस्तानातील व्यापाऱ्यांबरोबरही तो इथं आला. पंधराव्या शतकात म्हणजे पोर्तुगीजांनी केरळात येण्याचा समुद्रीमार्ग शोधून काढला. त्यानंतर कॅथलिक पंथ समुद्री पट्ट्यात चांगलाच फोफावला. पोर्तुगीज भारतात आल्यावर शतकभराने मदर मेरी आसपास फिरत असल्याचे भास होऊ लागले यात योगायोग काहीच नाही.

मदर मेरीच्या माध्यमातून देवाशी जोडलं जाणं हाच फरक कॅथलिक ख्रिश्चनांना प्रोटेस्टंट ख्रिश्चनांपेक्षा वेगळा करतो. एका कुमारी मातेस 'देवाची माता' या उच्चपदावर बसवणं सर्वांना मान्य होण्यासारखं नव्हतं; परंतु ख्रिश्चनपूर्व परंपरांमध्ये दैवी रूप बऱ्याचदा स्त्रीरूपात बघितलं जात होतं. पुरुषी रूप मुक्ती देत होतं, तर स्त्रीरूप आरोग्य आणि घराची काळजी वाहत

होतं. आपण हा भेद बौद्धधर्मातही पाहतो म्हणजे बोधिसत्त्व आत्मज्ञानाबद्दल बोलतो, तर त्याच्या आसवांतून निर्माण झालेली तारा ही देवी भक्तांना करुणेची भेट देते. त्याचप्रमाणे श्री वैष्णवपंथीयांनी विष्णूस धर्म (कायदा) आणि मोक्ष (मुक्ती) यांच्याशी जोडलं आहे, तर लक्ष्मी अर्थ (संपत्ती) आणि काम (सुख) यांची मूर्तस्वरूप आहे. बऱ्याच मुस्लिमांसाठी पैगंबरांची कन्या फातिमा हिचा 'हात' हा भाग्योदय घडवून आणतो आणि वाईट नजरेपासून संरक्षण देतो. साहजिकच प्रत्येक भारतीय अवर लेडी ऑफ बॅसिलिकाकडे ओढला जातो.

२८

कोलकाता :
कोपिष्ट देवी

एकोणिसाव्या शतकात ब्रिटिश भारताची राजधानी कोलकाता (कलकत्ता) होती. समाजावर एका बाजूला वसाहतवादी राज्यकर्त्यांचं वर्चस्व होतं, तर दुसऱ्या बाजूला स्थानिक ब्राह्मण आणि जमीनदारांचं वर्चस्व होतं. याच काळात राणी रासमणी नावाची एक उल्लेखनीय स्त्री कोलकातामधील आघाडीची उद्योजिका बनली. तिनं सुप्रसिद्ध दक्षिणेश्वर काली मंदिर बांधलं, तिथं पुजारी म्हणून स्वामी रामकृष्ण परमहंस सेवा करू लागले. याच रामकृष्णांचे विद्यार्थी स्वामी विवेकानंद नंतर विसाव्या शतकातील हिंदू धर्माविषयी स्वतःची ठाम मतं मांडणार होते आणि एका जखमी संस्कृतीची पुनर्स्थापना करण्यात महत्त्वाची भूमिका बजावणार होते.

एका श्रीमंत जमीनदाराशी लग्न झालं, तेव्हा राणी रासमणी अकरा वर्षांची होती. वयाच्या चाळिशीत ती विधवा झाली. निसर्गतः नेतृत्वगुण अंगी असल्याने तिनं पुष्कळ धनसंपत्ती कमावली आणि तिचा वापर अत्यंत धूर्तपणे समाजकारण, राजकारण आणि धर्मकारणासाठी केला. ब्रिटिश ईस्ट

इंडिया कंपनीशी तिचे बऱ्याचदा खटके उडाले; परंतु कुरकुरत का होईना ब्रिटिश तिच्या प्रशासकीय आणि वाटाघाटींच्या कौशल्याचं कौतुक करायचे. १८५७ सालचं बंड होण्याच्या केवळ दोन वर्षं अगोदरच तिनं कोलकात्याचं दक्षिणेश्वर काली मंदिर बांधलं. तोच तिचा सर्वश्रेष्ठ वारसा ठरणार होता.

झालं असं की, ती काशीयात्रेचं प्रस्थान ठेवणार होती; पण तेवढ्यात तिला स्वप्न पडलं. स्वप्नात तिला मार्गदर्शन मिळालं की, अन्य ठिकाणच्या मंदिरास भेट देण्यापेक्षा तिनं तिच्या स्वतःच्या शहरातच मंदिर बांधावं. खरं तर कोलकात्यात आधीच एका भैरव मंदिरासह परिपूर्ण असं कालीघाट काली मंदिर होतं. त्यास तेथील बऱ्याच स्थानिक जमीनदारांचा आश्रय होता; परंतु शहराला अशा एका मंदिराची गरज होती, जिथं कर्मठ पुजारीगणांचं वर्चस्व कमी असेल आणि जनसामान्यांना दर्शन सहज उपलब्ध असेल. कदाचित, अठराव्या शतकातील रामप्रसाद सेन यांच्या श्यामा संगीतातील गीतांनी तिला प्रेरणा मिळाली असेल आणि त्या तांत्रिक देवीला तीही भक्तीच्या नजरेनं पाहू लागली असेल.

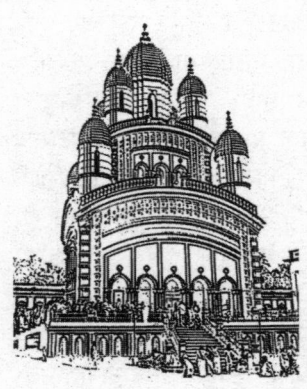

दक्षिणेश्वर काली मंदिरातील नवरत्न वास्तुरचना

म्हणून मग राणी रासमणीने हुगळी नदीच्या काठी जमीन विकत घेतली. त्या जमिनीचा आकार कासवाच्या पाठीवरील कवचासारखा होता. जमीन अंशतः युरोपियन ख्रिश्चनांच्या मालकीची होती तर अंशतः दफनभूमीसाठी वापर करणाऱ्या मुस्लिमांच्या मालकीची होती. परदेशी शक्ती आणि परदेशी धर्माशी संबंधित अशा त्या भूमीवर ती एक हिंदू मंदिर बांधायला निघाली होती. ते मंदिर होतं काली या शक्तिशाली आणि नीतिनियमांच्या चौकटीत राहायला तयार नसलेल्या देवतेचं.

बंगाल प्रांत हा महायान बौद्धधर्माचा शेवटचा बुरुज होता. याच पंथाने एरवीच्या पितृसत्ताक अशा बौद्ध धर्माला या देवीच्या पूजेची ओळख करून दिली. तांत्रिक बौद्ध धर्माला आश्रय देणाऱ्या पाला घराण्यातील राजांना नऊशे वर्षांपूर्वी म्हणजे अकराव्या शतकांत हिंदूधर्मीय सेना राजांनी पदच्युत केलं.

तथापि, या सेना घराण्यातील राजांना जम बसवायला सवड मिळण्याआधीच बंगालमधील बहुतेक भागांवर मध्य आशियाहून आणि अफगाणिस्तानहून आलेल्या मुस्लीम सुलतानांनी हल्ले चढवले. त्याच कारणामुळे बंगालमध्ये तेरावे शतक ते सतरावे शतक या चारशे वर्षांच्या काळातली मोठी हिंदू मंदिरं आढळून येत नाहीत. तुर्की–अफगाण राजांना ओडिशाच्या गंगा कुळातील राजांनी टक्कर दिली आणि पुरी येथे जगन्नाथ आणि कोणार्क मंदिर बांधून स्वतःचा अधिकार सिद्ध केला; परंतु या प्रकारची मंदिरं बंगालमध्ये दिसत नाहीत. पारंपरिक हिंदू मंदिर वास्तुकलेत प्रवीण अशा ब्राह्मणांच्या अनुपस्थितीमुळे बंगालला स्वतःलाच मंदिरबांधणीत सुधारणा कराव्या लागल्या. सतराव्या शतकापासून पुढे मल्ला राजांनी बंगालमधील अद्वितीय अशी मंदिरं बांधली. विष्णूपूरची भाजक्या मातीची (टेराकोटाची) मंदिरं ही त्याचं उदाहरण आहेत.

अन्य हिंदू मंदिरांप्रमाणेच बंगालमधील मंदिरांनाही मध्यभागी घुमट अथवा शिखर असतंच; परंतु मुस्लिमांच्या मशिदीसारखे त्यांना चारी कोपऱ्यांत मिनारही असतात. उभ्या रेषेतील बांधकामामुळे चर्चच्या मनोऱ्याचीही आठवण येते. बंगाली खेड्यांतील झोपड्या भाताच्या वाळलेल्या कणसांनी शाकारलेल्या असतात. त्यांच्या वळणदार छतांकडून प्रेरणा घेऊनच इथली सगळी छते आणि कळस बनवण्यात आले आहेत. अशा प्रकारे दक्षिणेश्वर कालीचं मंदिर हे नवरत्न मनोऱ्यांचं आहे. त्यातील एक मनोरा मध्यभागी असून त्याच्या भोवती चार मनोरे आहेत आणि आणखी चार त्याच्या खालच्या पातळीवर आहेत. त्या मंदिरात कालीची 'भवतारिणी' या नावाने प्रतिष्ठापना झालेली मूर्ती आहे. ही काली शिवाच्या छातीवर पाय देऊन उभी आहे, तर शिव स्वतः कमळाच्या आकाराच्या वेदीवर आडवा झालेला आहे. तारिणी आणि तारा ही कालीची महायान बौद्ध धर्म, तंत्रविद्या आणि पौर्वात्य भारतातील आदिवासी वारशातली लोकप्रिय नावं आहेत.

शिवावर पाय ठेवून उभी राहणारी काली ही राणी रासमणीच्या दृष्टीने नक्कीच स्त्रीशक्तीची प्रतिमा असणार. कारण, जवळ संपत्ती, सत्ता आणि बुद्धिमत्ता असूनही केवळ स्त्री असल्यानेच तिला स्वतःला बऱ्याच अडचणींना सामोरं जावं लागत होतं. बरंचसं काम जावयांकरवी करावं लागत होतं. मंदिर बांधलं गेलं तेव्हा तिला ते एका ब्राह्मणाला दान करावं लागलं. त्यानंतरच ब्राह्मण समाजाने त्या मंदिरास शुद्धिकृत करण्यास

अनुमती दिली. या मंदिरात ती दुर्गापूजा करायची त्यातून स्त्रीशक्तीचा जागरच दिसून येत होता. या उत्सवांत ती 'जत्रां'चं आयोजन करत असे, त्या योगे सर्वसामान्यांना एकत्र आणून त्यांचं संघटन करता येत होतं. लोकमान्य टिळकांनी काही दशकांनंतर तीच संकल्पना वापरून सार्वजनिक गणेशपूजा पुण्यात आयोजित केली आणि त्यातून लोकांत राजकीय आणि राष्ट्रीय जाणीव निर्माण केली.

दक्षिणेश्वर कालीचं पारंपरिक बंगाली चित्र

राणी रासमणीने लिंग, जात, वर्ण आणि धर्म यांच्या नियमांना आव्हान दिलं. कालीमातेला मातृभूमीशी जोडणाऱ्या नव्या विचारांसाठी पार्श्वभूमी तयार करून दिली. कालीच्या उग्र नग्नतेमुळे संकोचलेले बंगाली बुद्धिवंत युक्तिवाद करू लागले की, परदेशी वर्चस्वामुळे अपमानित मातृभूमीची अशी अवस्था झाली आहे, तर अन्य लोक, 'या भूमीची आद्य ऊर्जा जी अद्यापि वापरात आलेली नाही' या दृष्टीने तिच्याकडे पाहू लागले. १८७० साली कवी बंकिमचंद्र चतर्जी यांना मातृभूमीला वंदन करणारं 'वंदे मातरम्' हे काव्य लिहिण्याची प्रेरणा मिळाली. १९०५ साली चित्रकार अवनींद्रनाथ टागोर यांनी भारतमातेची प्रतिमा काढली. तिच्या हातात वस्त्र होतं (उघड्या-वाघड्यांना कपडे घालण्यासाठी), पुस्तक होतं (निरक्षरांना शिकवण्यासाठी) भाताच्या पेंढ्या होते (भुकेलेल्यांना अन्न भरवण्यासाठी) आणि जपमाळ होती (त्रस्त मनाला शांत करण्यासाठी). विशेष म्हणजे तिच्या हातात शस्त्र नव्हतं. त्यांनी कल्पना केली की, ती एखाद्या भिक्षेकऱ्यासारखी उभी आहे; परंतु दक्षिणेश्वर कालीच्या उग्र लैंगिक प्रतिमेच्या ती अगदीच विरुद्ध प्रतिमा होती.

दक्षिणेश्वर या नावामुळे आपल्या लक्षात येतं की, ती ब्राह्मण पुरोहित राजा दक्षाची बंडखोर कन्या आहे, तसंच ती दक्षिणेहून म्हणजे मृत्यूच्या दिशेकडून आली आहे. आपला पती म्हणजे शिव हा उत्तरेस ध्रुव ताऱ्याच्या राज्यात म्हणजेच अमरत्वाच्या राज्यात बसलेला आहे, त्यास

भेटण्यास ती येत आहे. अमरत्व शोधणाऱ्या मनापेक्षा मानवी तनाचं महत्त्व अधिक आहे, याची शिवाच्या छातीवर उभी राहून ती त्याला आठवण करून देते.

परंपरावाद्यांना वाटतं की, कालीने नकळत आपल्या पतीच्या अंगावर पाय दिला म्हणून लाजून तिने जीभ बाहेर काढली आहे. पितृसत्ताक हिंदू समाजातील स्त्रीचा 'पती हाच परमेश्वर' असतो; परंतु तिनं वेगळ्याच कारणासाठी जीभ बाहेर काढली असावी म्हणजे भारताला कायमचं बदलून टाकणाऱ्या राणी रासमणीसारख्या स्त्रीचं सामर्थ्य नाकारणाऱ्या पुरुषांना वेडावून दाखवण्यासाठी तिनं जीभ बाहेर काढली असावी.

अवनींद्रनाथ टागोर यांनी काढलेलं भारतमातेचं आधुनिक

२९

दिल्ली :
कमळरूपी मंदिर

कमळाच्या आकारातील बहाई पंथाचं तीर्थस्थळ हे मागील काही वर्षांत दिल्लीचं प्रतीक बनलं आहे. १९८६ साली बांधण्यात आलेला हा वास्तुकलेचा देखणा नमुना सध्या लाखो पर्यटकांचं आकर्षण बनला आहे. या इमारतीत प्रत्येकी नऊ पाकळ्यांची तीन वर्तुळं आहेत. सगळ्यात आतलं वर्तुळ हे बंद पाकळ्यांचं आहे, दुसरं वर्तुळ हे अर्धोन्मिलित पाकळ्यांचं आहे तर बाहेरच्या तिसऱ्या वर्तुळातील पाकळ्या पूर्ण उघडलेल्या आहेत. या इमारतीतील दिवाणखान्यात २५०० लोक एकाच वेळेस बसून अगदी शांतपणे, कुणालाही व्यत्यय न आणता स्वतःच्या मनाप्रमाणे प्रार्थना करू शकतात. इथं प्रार्थनेचं आयोजन करणारा प्रमुख नसतो, मंचावरून दिलेलं भाषण किंवा सणसमारंभही नसतात. केवळ शांतता आणि अंतर्मनाचा प्रवास याच गोष्टी इथं अभिप्रेत असतात. या इमारतीची संकल्पना ही वसाहतवादी काळातील धर्मांतराच्या मिशनरी उत्साहाला शह देणारी होती. कारण, वेगवेगळ्या धर्मांना सामावून घेण्याचे मार्ग शोधण्याची गरज ही ख्रिश्चन मिशनरी वृत्तीच्या अगदी विरुद्ध अशीच होती.

'बहा' हा एक अरबी-फारसी शब्द आहे. ते विशेषनाम नाही की सामान्य नामही नाही तर देवाचा 'गौरव' करणारं विशेषण आहे. अशा प्रकारे बहाई धर्म हाच 'गौरवकर्ता धर्म' आहे किंवा 'देव-गौरवाचा' धर्म आहे असं आपण म्हणू शकतो. अरबी लिपीत संख्यांशी जोडली गेलेली २८ अक्षरे आहेत. त्यांना 'अबजाद संख्या' म्हटलं जातं. पवित्र नामातील किंवा सूक्तातील अक्षरं/अंक यांची बेरीज करून मिळणारी संख्या खूप महत्त्वाची आणि पवित्र मानली जाते. उदाहरणार्थ, ७८६ हा क्रमांक म्हणजे कुठल्याही कृतीची सुरुवात करण्यापूर्वी म्हटल्या जाणाऱ्या 'बिस्मिलाह इर-रहमान-इर-रहीम्' या वाक्प्रयोगातील अक्षरांची/अंकांची बेरीज आहे (या वाक्प्रयोगाचा अर्थ, 'अत्यंत दयाळू, अत्यंत उदार अशा अल्लाचं नाव घेऊन आम्ही हे कार्य सुरू करत आहोत' असा आहे). त्याचप्रकारे 'बहा' या शब्दांतील अंकांची बेरीज नऊ येते म्हणूनच ९ बिंदूंची चांदणी हे बहाई धर्माचं प्रतीक आहे. म्हणूनच लोटस टेंपलमधली तीन वर्तुळं प्रत्येकी नऊ पाकळ्यांची आहेत. तसंच जगातील मुख्य धर्मही नऊ आहेत हादेखील त्याचा अर्थ आहे. हे नऊ धर्म आहेत - बहाई, ज्यू, इस्लाम, ख्रिश्चन, हिंदू, बौद्ध, जैन, शिंतो आणि शीख.

या तीन वर्तुळांचा धर्माच्या तीन आधारस्तभांशी संबंध असावा. हे तीन आधारस्तंभ आहेत - एकच देव (निर्माता), एकच वैश्विक धर्म (सगळ्या धर्मांचा स्रोत एकच आहे) आणि एकच मानवता (सर्व जण समान आहेत म्हणून वेगवेगळे वंश- संस्कृती असूनही सर्वांचा आदर करायला हवा). या धर्माचा विश्वास आहे की, सर्व मानवांचा आत्मा तर्कनिष्ठ असतो, त्यामुळे तो देवाशी प्रार्थनेच्या माध्यमातून संवाद साधू शकतो. त्या संवादाच्या माध्यमातून अंतर्मनाचा प्रवास सुरू होतो, तर प्रत्यक्ष सेवेच्या माध्यमातून बाह्य प्रवास सुरू होतो, तसंच तीन वर्तुळांचा अर्थ बहुधा त्रैलोक्याशीही आहे. एक - देवाची वरची दुनिया, दुसरी - त्याच्या अनेक रूपांची मधली दुनिया आणि तिसरी - तळातली मानवी दुनिया.

बहाई धर्माचा देवाच्या प्रेषितांवर विश्वास आहे. मानवांनी आपलं जीवन उत्तम तऱ्हेने कसं जगावं हे देवाने धाडलेले प्रेषित मानवांना सांगतात. प्रत्येक भावी प्रेषित त्या त्या काळातील ऐतिहासिक-भौगोलिक संदर्भानुसार या संदेशात बदल करत जातो. या प्रेषितांत मोझेस, येशू, मुहंमद, कृष्ण आणि बुद्ध यांचा समावेश आहे. त्यात अलीकडचे प्रेषित आहेत - बाब

(इराणमध्ये बाबी धर्म स्थापणारे संस्थापक), त्या मागोमाग बहाउल्ला (बहाई धर्माचे संस्थापक). ज्याप्रकारे 'जॉन द बाप्टीस्ट' हे येशूचे पूर्वसुरी होते, त्याच प्रकारे 'बाब' हे बहाउल्लांचे पूर्वसुरी होते अशी बहाई धर्माची श्रद्धा आहे. बहाउल्ला यांचा जरथुश्त्री धर्माशी, बौद्ध धर्माशी आणि हिंदू धर्माशी परिचय होता हे तर स्पष्टच आहे. त्यांनी कृष्णाकडे देवाचा प्रेषित म्हणून पाहिलं आणि भगवद् गीतेकडे 'देवाचा संदेश लिहिलेला ग्रंथ' या स्वरूपात पाहिलं. स्वतःला त्यांनी 'कल्की' या हिंदू पुराणातील अंतिम अवताराच्या रूपात पाहिलं. सर्व धर्मांच्या मार्गदर्शकांना देवाचे प्रेषित म्हणून मान्यता देण्याच्या बहाई धर्माच्या या सर्वसमावेशक वृत्तीमुळेच जागतिक सर्वधर्म सहिष्णू वर्तुळांत तो खूपच लोकप्रिय आहे.

या धर्माच्या संस्थापकांचं आयुष्य एकोणिसाव्या शतकातील पर्शियात व्यतीत झालं खरं; परंतु नंतर त्यांना ओटोमन सम्राटांनी देशाबाहेर तडीपार केलं. त्या विजनवासातच त्यांचा मृत्यू झाला. दुसऱ्या महायुद्धानंतर अस्तित्वात आलेल्या इस्त्राईल देशात त्यांचा दफन झालेला देह सध्या आहे. राजकीयदृष्ट्या पाहता इराणमधील सत्तेने या धर्मास छळले. कारण, त्या धर्माचा संबंध ब्रिटिश, रशियन, फ्रीमेसन लॉज आणि ज्यूराष्ट्राशी होता. इंटरनेटवर अशा कटांसंबंधीचे बरेच लेख आहेत; परंतु या प्रार्थनास्थळी येणाऱ्या सर्वसामान्य अभ्यागतास या धर्माची 'बिगर-राजकीयता' जाणवते तसंच लोकांमध्ये दुही माजवण्याऐवजी त्यांना एकत्र आणण्याची वृत्तीही उघड उघड जाणवते.

लोटस टेंपल

बहाई धर्माची मुळं अब्राहमिक पुराणांत रुजलेली आहेत, हे तर स्पष्टच आहे. म्हणूनच तर 'एकच देव आणि तो प्रेषितांच्या माध्यमातून आपले संदेश देतो' ही त्या धर्माची श्रद्धा आहे. प्रार्थनास्थळी सर्वांनी एकत्र जमणे, प्रतिमेचा/मूर्तीचा अभाव अशी त्याची वैशिष्ट्ये त्यामुळेच तर आहेत, त्यामुळे हिंदूंची 'अवतार' ही संकल्पना आणि मुसलमानांची 'पैंगबर' ही संकल्पना या संकल्पनांत गोंधळ उडतो (कारण हिंदू धर्मानुसार प्रत्यक्ष देवच

मर्त्य मानवी रूप धारण करून ऐहिक जगात येतो, तर इस्लामनुसार देव स्वतः न येता आपला प्रेषित पाठवतो), त्यामुळेच समलैंगिक संबंधांविषयी अस्वस्थता याही धर्मात आढळून येते. अर्थात त्याबद्दलचं संपूर्ण शत्रुत्व – जसं काही ख्रिश्चन चर्चमध्ये अथवा बहुतेक इस्लामी शाळांत दिसून येतं तसं या धर्मात नाही. 'तिथे' किंवा 'जकात' ही संकल्पना या धर्मात आहे. त्यानुसार गरजेहून जास्त उत्पन्नाचा काही भाग धर्मास दिला जातो, त्या योगे सार्वजनिक कामांसाठी आणि नवीन प्रार्थनास्थळे बांधण्यात त्याचा वापर करता यावा. मात्र बहाई धर्माला दान देण्यासाठी तुम्ही त्या धर्माचे सदस्य असणं आवश्यक आहे. प्रारंभी या धर्माचं नेतृत्व, कित्येक शिया इस्लामी समुदायांत असतं तसं एकाच व्यक्तीकडे होतं, तथापि, सध्याचा बहाई धर्म निवडून आलेल्या काही प्रतिनिधींच्या आणि काही नियुक्त व्यक्तींच्या माध्यमातून लोकशाहीच्या मार्गाने चालतो.

बहाई धर्माचा प्रसार २०० देशांत झाला असून सध्या भारतासह अमेरिका, युगांडा, ऑस्ट्रेलिया, जर्मनी, पनामा, सामोआ आणि चिली अशा एकूण आठ देशांत त्यांची प्रार्थनास्थळे आहेत. आणखीही काही ठिकाणी ती उभारण्याच्या योजना चालू आहेत. अब्राहमिक धर्मांमध्ये प्रार्थना स्थळ म्हणजे जिथं निष्ठावंत प्रार्थनेसाठी किंवा पवित्र ग्रंथांचं श्रवण करण्यासाठी एकत्र जमतात ती जागा, तर हिंदू धर्मात मंदिर हे देवाचं घर असतं. तिथं भाविक दर्शन घ्यायला, फुलं वाहायला आणि गाऱ्हाणं घालायला जातात. हे फरक बऱ्याचदा आपण दृष्टिआड करतो, त्यामुळेच बहाई ज्या स्थानास प्रार्थनास्थळ म्हणतात, त्यालाच आपण भारतीय लोटस 'टेंपल' असं नाव देतो.

८

राष्ट्र युग
(वर्तमानकाळ)

१९४७ साली भारत एक स्वतंत्र, सार्वभौम राष्ट्र बनलं म्हणजे अगदी प्रारंभीच्या यात्रेकरूंच्या भूमीपासून ते अनेक राज्यांच्या समूहांत, तिथून एका (परकीय) साम्राज्यात आणि त्यातूनच पुढे वेगवेगळ्या सार्वभौम राष्ट्रांत असे या भारतीय उपखंडाचे अंतिमतः तुकडे पाडण्यात आले. या वेगवेगळ्या देशांत धार्मिक–राष्ट्रवादी उत्साह तर आहेच त्याशिवाय अत्यंत ताठर सीमाही आहेत. भारतातील धार्मिकता पूर्वी प्रवाही आणि सांस्कृतिक होती. हिंदू लोक दर्ग्यात जायचे तर मुस्लीम व्यापारी हिंदू मंदिरांना देणग्या द्यायचे. ब्रिटिशांनी धार्मिक भेद अधिक दृढ बनवला. 'हे टोक नाहीतर ते टोक' अशा केवळ दुहेरी मापदंडांनाच पसंती देणाऱ्या दुनियेत हिंदू धर्म हा वरच्या जातीच्या आणि तेही केवळ पुरुषांनाच झुकतं माप देतो, त्यामुळे त्या धर्मामध्ये तातडीने सुधारणा व्हायला हव्यात असं त्याचं वर्णन वारंवार करण्यात येऊ लागलं. या दृष्टिकोनास काही बाबतींत खूपच अर्थ होता; परंतु कधी कधी तो मुद्दामहूनच खोडसाळपणा करून व्यक्त केला जात असल्याचंही दिसून येत होतं.

भारताच्या लोकांनी लोकशाही प्रजासत्ताक राज्य निवडलं. आमची घटना निधर्मी आहे (इंदिरा गांधींनी निधर्मी हा शब्द नंतर घातला). सार्वजनिक क्षेत्रात धर्माचा वापर होणार नाही असं ठरवण्यात आलं; परंतु निधर्मीपणाने केलेल्या धर्माच्या तिटकाऱ्याची मोठी किंमत त्यास मोजावी लागली. कारण, त्यामुळेच धर्माचं अत्यंत जहरी असं रूप फक्त भारतातच

नव्हे, तर संपूर्ण जगातच विकसित पावलं. कट्टरतेनं आणि व्यापारी वृत्तीनं आपलं कुरूप डोकं वर काढलं आणि मग 'श्रद्धा कमी आणि पर्यटनच जास्त' अशा प्रकारे तीर्थयात्रा होऊ लागल्या. सणांवरही राजकारण्यांचा वरचष्मा लागला.

लोक हिंदू धर्माबद्दल 'तो संपूर्ण भारतभर सारखाच आहे' अशा प्रकारे बोलू लागले; परंतु बहुतेक तीर्थयात्रा तर स्थानिक स्तरावरच आहेत हे ते विसरत होते. उदाहरणार्थ, महाराष्ट्रातील अष्टविनायक मंदिरे, केरळमधील श्रीरामाची आणि त्यांच्या भावांची चार मंदिरे इत्यादी. लोक समानतेच्या आधुनिक मूल्याशी हिंदू धर्माला जोडण्याचा प्रयत्न करू लागले, त्यामुळे जी मंदिरं हिंदू नसलेल्या किंवा खालच्या जातींना किंवा स्त्रियांना प्रवेश नाकारत होती, त्यांची पंचाईत होऊ लागली. 'विविधतेत एकता' हे तत्त्व बोलायला सोपं; परंतु आचरणास कठीण जाऊ लागलं.

प्रवास सोपा झाल्याने दक्षिणेतील मंदिरांचं व्यवस्थापन भारतातील अन्य मंदिरांपेक्षा किती वेगळ्या प्रकारे होतं हे लोकांना समजू लागलं. मुंबईसारख्या शहरांत अशी काही प्रार्थनास्थळं होती, जिथं सर्वधर्मीय उपस्थिती लावत होते. बॉलिवूडमधील सुपरहिरोंची घरं तीर्थक्षेत्रं बनू लागली. इंटरनेटमुळे उपासनेच्या वेगवेगळ्या पद्धती लोकांना समजल्या. नवरात्र उत्सवात बंगालमध्ये भरपूर मांसाहार केला जातो, तर त्याच काळात पंजाब मात्र शाकाहारी बनतो. भांडवलशाहीने पर्यटन आणि हॉटेल व्यवसायांना प्रोत्साहन दिलं. दुर्गम तीर्थक्षेत्रांवर विमाने आणि हेलिकॉप्टर्सनी जाणं सोपं झालं. त्यामुळे देवांना आणि ऋषिमुनींना प्रिय असणारा एके काळचा तिथला शांत एकांत भंग पावला.

बऱ्याच गोष्टी माहिती झाल्याने हिंदू धर्मातील गुंतागुंतीशीही लोकांचा चांगला परिचय झाला. राजकीय शक्तींनी धर्माला एकसुरी छापाचं करण्याचा प्रयत्न केला आणि तीर्थक्षेत्रांना राजकीय आखाड्याचं रूप दिलं; परंतु तरीही भारतवर्षाचा धर्म एकविसाव्या शतकाशी जुळवून घेत आहे आणि तसं करताना प्रत्येक तीर्थक्षेत्राने आपापल्या स्वतंत्र ओळखीद्वारे या धर्मातील विविधता आणि गतिशीलता टिकून राहील, याची शाश्वतीही दिली आहे.

३०

आग्रा :
राजवाडा नाही, ही तर कबर

बऱ्याच वर्षांपूर्वी मी *लाल पत्थर* नावाचा चित्रपट पाहिला होता. त्यात एका श्रीमंत, सुशिक्षित आणि एकूणच जीवनाविषयी सुस्त, कंटाळलेल्या माणसाची कथा होती. ती भूमिका 'डॅशिंग' राजकुमारने केली होती. तो एका सुंदर ग्रामीण कन्येशी लग्न करतो. ही भूमिका देखण्या हेमा मालिनीने केली होती. लग्नानंतर मधुचंद्रासाठी तो तिला ताजमहाल दाखवायला घेऊन जातो. खरं तर ताजमहाल हे प्रेमिकांचं आणि प्रणयी वृत्तीच्या लोकांचं वैश्विक स्तरावरील तीर्थक्षेत्रच आहे; परंतु आश्चर्य म्हणजे या प्रेमस्मारकाबद्दलच्या त्याच्या आत्मीयतेत ती सहभागी होत नाही. 'काळाच्या गालावरील अश्रुबिंदू' म्हणजेच ही कबर असं म्हणून ती बाहेर पळते, आपण मृताच्या सान्निध्यात ओवळे झालो म्हणून स्नान केलं पाहिजे असं तिला वाटतं. त्या क्षणी नायकाच्या लक्षात येतं की, आपली बायको वेगळ्या जगात जगते आहे आणि ते जग त्याच्या दृष्टीने कनिष्ठ दर्जाचं आहे. भले ती सुंदर असेल; पण तरी ती गावठीच! आज हा प्रकार 'इंडिया' आणि 'भारत' यांच्यातील भेद म्हणून गणला जाईल. कारण, आधुनिक 'इंडियन्स'च्या दृष्टीने ताजमहाल ही

एक निधर्मी (वास्तु) रचना आहे, तिची सगळी धार्मिक मुळं तुटलेली आहेत; परंतु पारंपरिक भारताला तसं वाटत नाही. तो अजूनही याच्याकडे 'थडगं' याच स्वरूपात बघतो. कदाचित, 'प्रेमिकांचं पवित्र थडगं' म्हणूनही बघत असेल अथवा या जागी एके काळी एक मंदिर उभं होतं म्हणूनही बघत असेल.

ताजमहाल

ताजमहाल ही मोठी भव्य कबर आहे, थडगं म्हणण्यापेक्षा हा शब्द नक्कीच बरा वाटतो. मोगल सम्राट शाहजहान याची पत्नी मुमताजमहल हिच्या कबरीवर यमुनेच्या काठी आग्रा शहरात ताजमहाल बांधण्यात आला. आजमितीला हे शहर अत्यंत बकाल आहे. कारण, पर्यटनस्थळ म्हणून लोकप्रियता असूनही स्वातंत्र्यानंतर या राज्याच्या प्रत्येक सरकारने त्याच्याकडे दुर्लक्षच केलं आहे. सर्वोच्च न्यायालयाच्या हुकमानुसार दर शुक्रवारी ताजमहाल बंद असतो, त्यामुळे हे स्मारक निधर्मी आहे की धार्मिक असा प्रश्न निर्माण होतो. कारण, शुक्रवार हा मुसलमानांचा विश्रांतीचा वार आहे.

संत महात्मे, राजे, कवी आणि प्रेमिक यांच्या भव्य कबरी उभारण्याची प्रथा पुरातन पर्शियन साम्राज्यातील महान सायरस राजापासून चालत आली. ती शिया मुस्लिमांनी स्वीकारली; परंतु अरबस्तानातील समतावादी टोळ्यांनी मात्र या पद्धतीकडे तिरस्काराने पाहिलं. या प्रथेबद्दल मोगल राजांच्या संमिश्र भावना होत्या, त्यामुळेच बाबर राजाची कबर अत्यंत साधी आहे, तिला घुमट नाही. हुमायूनच्या कबरीवर घुमट आहे. अकबर आणि जहांगिर यांच्या कबरी भव्य असल्या तरी त्यांच्यावर घुमट नाही. औरंगजेबाची कबर

तर सगळ्यात साधी आहे, त्यावर काहीही चिन्ह नाही की वर छतही नाही; परंतु त्यानं आपल्या पत्नीसाठी मात्र औरंगाबादला 'बिबी का मकबरा' ही कबर बांधली आहे.

पारंपरिक हिंदू कुटुंबांत मृत्यूशी संबंध आला की, सुतक लागतं आणि मृताशी तुमचं नातं जेवढं जवळचं तेवढा हा सुतकाचा काळ वाढतो, त्यामुळेच पारंपरिकदृष्ट्या जेव्हा एखादा माणूस मरतो, तेव्हा मृत शरीराचा कुठलाही भाग घराजवळ ठेवला जात नाही. गावाबाहेर अग्निसंस्कार करून अस्थी गोळा केल्या जातात आणि शक्य तितक्या लवकर त्या नदीत विसर्जित केल्या जातात.

दफन आणि कबर-उभारणी या सर्वसामान्य हिंदू प्रथा नाहीत. अर्थात काही हिंदू समाजांत या प्रथा पाळल्या जातात. बुद्धांवर दहनसंस्कार करण्यात आले होते; परंतु त्यांच्या अनुयायांनी त्यांचे दात आणि अस्थी जतन करून त्यावर स्तूप बांधले होते. हीच प्रथा हिंदू मठपद्धतींनी स्वीकारली, त्यामुळे जेव्हा एखादे महान आचार्य निधन पावतात, तेव्हा त्यांच्या मृत शरीराचं दहन केलं जात नाही. कारण, योगशास्त्र अनुसरल्यामुळे ते शरीर आधीच पवित्र झालं आहे असं समजलं जातं, त्यामुळे ते बसलेल्या स्थितीतच मिठात पुरलं जातं आणि त्यावर समाधी उभारण्यात येते.

इस्लामच्या आगमनानंतर खेडोपाडी हिंदू स्मशानभूमीसोबतच मुस्लीम आक्रमक, घुसखोर, स्थलांतरित आणि धर्मांतरितांसाठी कबरीस्ताने उभारली जाऊ लागली. सुफी संतांच्या कबरीच्या जागी दर्गे उभारले गेले तसंच महान राजपुत राजे आणि राण्यांचे शव जिथं दहन केले गेले त्या जागी समाधी अथवा छत्र्या बांधण्यात येऊ लागल्या. बहुधा पुरातन पर्शियन प्रथेचं अनुकरण करणाऱ्या दिल्लीच्या सुलतानांच्या प्रथेचं हे हिंदू अनुकरण असावं. स्वातंत्र्यानंतर तर राजकीय नेत्यांच्या दहनस्थळांची वेगळी व्यवस्था करणं राजकीयदृष्ट्या महत्त्वाचं बनलं, त्यामुळेच आपल्याकडे 'गांधी समाधी' आणि 'शक्ती स्थळ' आहे. समाधींना भेटी देणं आता अशुभ मानलं जात नाही, तर राजकीय-राष्ट्रवादी कर्मकांडाचा भाग म्हणून त्यास उत्तेजनच दिलं जातं, त्यामुळे आज ताजमहाल बघून आल्यावर कुणाला आंघोळ करावी लागत नाही आणि जे कुणी करतात ते त्याचा गवगवा करत नाहीत.

अर्थात बऱ्याच लोकांची ठाम खात्री आहे की, ताजमहाल हे एके काळी मंदिर होतं. सर्वत्र प्रसारित ईमेल्स आणि व्हॉट्सॲपच्या माध्यमातून

ताजमहाल हे मुळात 'तेजोमहालय' नामक शिवमंदिर कसं होतं, ते नंतर कसं बदलण्यात आलं, या कारस्थानाचा सिद्धान्त मांडला जातो. पु. ना. ओक या गृहस्थांनी हा दावा पहिल्यांदा केला. त्यांना तर इंग्लंडमधील 'स्टोनहेंग' या पुरातन बांधकामरचनेची मुळंही हिंदू वाटतात; परंतु हिंदू मंदिराच्या वास्तुरचनात्मक तत्त्वांशी ज्यांचा थोडातरी परिचय झालेला असेल, त्यांच्या लक्षात येतं की, ताजमहाल हे मूळचं हिंदू बांधकाम असूच शकत नाही. या स्मारकाच्या जागी एखादं मंदिर होतं का आणि ते तोडण्यात आलं होतं का? ज्या कारागिरांनी हिंदू चिन्हं त्यात कोरली ते हिंदू होते का? हेच सौंदर्य पुन्हा घडवता येऊ नये म्हणून त्यांचे अंगठे तोडले होते का? हा सगळा दंतकथेचा भाग आहे. त्यातला एकही पुराव्याने सिद्ध झालेला नाहीये. खरं सांगायचं तर ताजमहालाबद्दलचं लेखन इतकं कमी आहे की, आपल्याला काय हवं ते आपण पुराव्याने सिद्ध करू शकतो. ब्रिटिशांची तर खात्रीच पटली होती की, ताजमहालाचा वास्तुरचनाकार भारतीय असूच शकत नाही. तो युरोपातलाच कुणीतरी म्हणजे इटालियन अथवा फ्रेंच असला पाहिजे.

मुमताजमहल आणि शहाजहान यांच्या कबरी

जगभरातील लोकांसाठी ताजमहाल पाहणं हे तीर्थक्षेत्रास जाण्यासारखंच आहे. ते मुस्लीम 'थडगं' हीच भारताची सर्वांत लोकप्रिय प्रतिमा बनावी यामुळे बऱ्याच कट्टर हिंदुत्ववाद्यांना राग येतो, खास करून भारताबाहेर राहणाऱ्या हिंदुत्ववाद्यांना तर फारच येतो (अशीच प्रतिमा वाराणसीची का

नसावी? वगैरे वगैरे). बहुतेक अभ्यागत गृहीत धरतात की, हा राजवाडा असावा. कारण, बोलीभाषेत महाल म्हणजे राजवाडा. म्हणजे तिथली समाधी बघेपर्यंत तरी त्यांना तसंच वाटतं. तेवढ्यात त्यांना तिथल्या दोन कबरींसमोर लोक वाकताना दिसतात. त्यातली एक कबर आहे मुमताज बेगम या राणीची तर बाजूची दुसरी आहे तिच्या शहेनशहा पतीची. लोक वाकतात ते त्यांच्या मुलांना त्यांच्या प्रेमाचं कौतुक होतं म्हणून नव्हे, कारण त्यांचा मुलगा औरंगजेब तर अत्यंत रूक्ष, व्यवहारी होता. त्याला राज्याचा खर्च कमी करायचा होता, त्यामुळे त्यानं स्वतःहून तर एवढं भव्य स्मारक बांधण्याचे कष्ट घेतलेच नसते.

मागील पन्नास वर्षांत धर्माची संकल्पना देवदर्शनापासून ढळून कुठलीही 'पवित्र वास्तू' अशी बदलली आहे, त्यामुळेच तीर्थयात्रेची व्याख्याही बदलून गेली आहे. आजमितीला तीर्थयात्रा म्हणजे केवळ दैवी स्वरूपाशी जोडलेल्या स्थानांना भेट देणं इतकंच नसून पावित्र्याशी किंवा निदान खूप सखोल अर्थाशी, ऊर्जेशी आणि काल्पनिक, गूढ शक्तीशी जोडल्या गेलेल्या स्थळांनाही भेट देणं हे त्यात अंतर्भूत असतं. वेगळ्या शब्दांत सांगायचं, तर आपण आता अशा जगात जगतो जिथं आपण धार्मिक आणि निधर्मी अशा दोन्ही प्रकारच्या तीर्थयात्रांना जाऊ शकतो म्हणजे प्रेमिक मंडळी ताजमहाल बघायला जातात तर देशभक्त लोक वाघा सीमा बघायला जातात. भक्तजन शबरीमलाला जातात आणि सिद्धी विनायक, कुंभ मेळा किंवा अमिताभ बच्चनच्या घराचं दर्शन घेण्यास तर सगळेच जातात. या सर्व मार्गांनी भारताला घडवलं आहे व टिकवूनही ठेवलं आहे आणि हीच तर चांगली गोष्ट आहे.

३१

शबरीमला :
ब्रह्मचारी योद्धा देव

एखादी स्त्री 'मोइझ्झीन' म्हणजे 'मशिदीत बांग देणारी व्यक्ती' बनून मुस्लिमांना जामा मशिदीत नमाज अदा करायला येण्याचं आवाहन करू शकते का? एखादी महिला भारतातील चर्चची 'आर्कबिशप' बनू शकते का? एखादा उघड उघड समलिंगी पुरुष अकाल तख्ताचं नेतृत्व करू शकतो का? तमिळ नाडूतील कांचीपुरम् मंदिरातील पुजारीपद दलिताला मिळू शकतं का? एखादा युरोपियन किंवा अमेरिकन माणूस पुरी, ओडिशा येथील जगन्नाथ मंदिरात प्रवेश करू शकतो का? नव्याने बनलेल्या किन्नरांच्या (ट्रान्सजेंडर्सच्या) अथवा सर्वच स्त्री सदस्यांच्या आखाड्यास कुंभ मेळ्यात शाही स्नानासाठी आघाडीवर राहता येतं का? आत्तापर्यंत केवळ पुरुष भक्तांनाच प्रवेश देणाऱ्या शबरीमला मंदिरात स्त्रिया जाऊ शकतात का? हो, हो, हो, केवढा कल्लोळ? परंतु एवढं सगळं वाचून धर्मांत किती तरी सुधारणा व्हायला हव्या आहेत याची कल्पना तर आपल्याला नक्कीच येऊ शकते. तथापि, सुधारणांबद्दलच्या समजुती बऱ्याचदा विसंगत गृहीतकांवर आधारित असतात आणि ही विसंगत

गृहीतकं प्रत्यक्षात 'सुसंगत काय मानलं गेलं आहे' त्यावर अवलंबून असतात.

बऱ्याच लोकांना धर्म हीच एक विसंगती अथवा विकृती वाटते, तर बाकीच्या लोकांना वाटत असतं की, 'देव सर्वांना एकसमान लेखतो.' मात्र देवाची ही व्याख्या सार्वत्रिक नाही. ती राजकीय असून तिची मुळं अब्राहमिक पुराणांत रुजलेली आहेत. तिच्याच आधारावर ज्यू, ख्रिश्चन, मुस्लीम धर्म तसेच आधुनिकतेच्या संकल्पना उभ्या आहेत. या संकल्पनेविरुद्ध असा एकही धर्म नाही आहे जो या सर्व विषमतांवर विश्वास ठेवतो (हिंदू धर्माकडे पाहण्याचा हा खास युरो-अमेरिकी दृष्टिकोन आहे). मात्र तरीही विविधतेची आणि अंतर्गत उच्चनीचतेची उतरंड आणि गतिशीलता यांची कदर करणारा असा हा धर्म आहे ही बाब नजरेआड करता येत नाही. या अशा बिगर-अब्राहमिक दृष्टिकोनावरच तर हिंदू, बौद्ध, जैन, कन्फ्यूशस, ताओ हे धर्म आणि जगभरातील बऱ्याचशा आदिवासी जमाती आणि स्थानिक लोकांचे धर्म उभे आहेत.

शबरीमला येथील अठरा पायऱ्यांचे मंदिर

आघाडीची स्त्रीवादी म्हणून सुप्रसिद्ध असलेल्या जर्मेन ग्रीयर यांची दुर्दैवाने हल्ली भरपूर नालस्ती होत आहे. त्यास कारणीभूत त्यांचे ट्रान्सजेंडर व्यक्तींबद्दलचे

राजकीयदृष्ट्या गैरसोयीचे ठरणारे दृष्टिकोन आहेत, असं म्हणता येईल. त्या हल्लीच एका मुलाखतीत म्हणाल्या की, त्यांचा 'समानतावादी स्त्रीवादा'वर विश्वास नसून 'स्वातंत्र्यवादी स्त्रीवादा'वर विश्वास आहे. त्यांना म्हणायचं होतं की, 'समानतावादी स्त्रीवाद' म्हणजे पुरुषांशी बरोबरी करण्याचा प्रयत्न करणे तर 'स्वातंत्र्यवादी स्त्रीवाद' म्हणजे निवड करण्याचं स्वातंत्र्य मिळणे. समानतेस स्वातंत्र्यापासून वेगळी करणारी ही चौकट जगातील वेगवेगळ्या धर्मांचा अभ्यास करताना उपयुक्त ठरते. मुख्य युरो-अमेरिकन धार्मिक आणि निधर्मी श्रद्धांना समानता हवी असते, तर मुख्य भारतीय श्रद्धेला अटळ अशा नैसर्गिक आणि कृत्रिम उच्चनीचतेच्या उतरंडीपासून मुक्ती हवी असते.

मुक्तीच्या शोधात निघालेल्या भारतातील मठव्यवस्थाप्रचुर परंपरांनी निष्कर्ष काढला की, स्त्रिया म्हणजे मोहाचे सापळे असून, त्या तुम्हाला ऐहिक जगात अडकवून ठेवतात. त्यामुळेच तर साधू-संन्यासी लोक आत्मज्ञानाच्या शोधार्थ घरादाराचा त्याग करून निघून जातात. उदाहरणार्थ, बुद्ध, महावीर, कर्दम इत्यादी. शिवाय त्यांना त्यांच्या पुरुषदेहामुळेही मुक्तीच्या मार्गावर जाणं शक्य होतं म्हणूनच तर बौद्धधर्मात सगळे बुद्ध आणि बोधिसत्त्व प्राप्त झालेले पुरुष आहेत (क्वान यीन नामक स्त्री बोधिसत्त्वाचा चीनमध्ये उदय झाला खरा; परंतु त्या काळात तांग घराण्यातील एकमेव स्त्री साम्राज्ञी सत्तेत होती), तसंच जैन धर्मातले सगळे तीर्थंकर पुरुष का आहेत? (मल्ली या तीर्थंकरांचं लिंग काय होतं, याबद्दल वेगवेगळ्या जैन पंथांमध्ये गरमागरम चर्चा झडत असतात.) हिंदू धर्मातले बहुतेक नाथ आणि सिद्ध मंडळी पुरुषच का असतात? पुरुषदेहच का? कारण पुरुष त्यांच्या लैंगिक द्रावाची (वीर्याची) हालचाल स्वेच्छेने नियंत्रित करू शकतात, त्यामुळे त्यांना आध्यात्मिक शक्ती प्राप्त होतात. स्त्रिया स्वतःच्या मासिक पाळीच्या स्रावावर नियंत्रण मिळवू शकत नाहीत, त्यामुळे त्या निसर्गाच्या आणि साहजिकच मृत्यूच्या अधिक जवळ जातात, त्यामुळेच मग मायापाश आणि

वाघावर स्वार आय्यप्पा

अशुद्धी निर्माण होते. या पौराणिक विचारांच्या आराखड्याचा भारतीय धर्मावर पगडा आहे.

याच संदर्भासह आपण केरळातील शबरीमला मंदिराशी जोडल्या गेलेल्या विधींकडे पाहायला हवं. हजारो पुरुष सहा आठवडे 'ब्रह्मचर्य आणि आत्मसंयम' पाळून काळ्या वस्त्रांमध्ये या देवाच्या दर्शनास येतात. पाळी येण्याच्या वयातील स्त्रियांना या मंदिरात येण्यास आणि तिथल्या पवित्र १८ पायऱ्या चढण्यास बंदी आहे.

टेकडीच्या शिखरावरील देव 'आय्यप्पा' हा देवांचा म्हणजे शिव (हर) आणि विष्णूचा (हरीचा) पुत्र किंवा सूत आहे, त्यामुळे त्यास हर-हरी-सूत म्हणून ओळखलं जातं. विष्णूने मोहिनीचं स्त्रीरूप घेतलं असलं तरी या अय्यप्पनचा जन्म 'नेहमीच्या' म्हणजे योनीच्या मार्गे झालेला नव्हता म्हणूनच त्याला 'अयोनिज' असंही नाव आहे. या ऐहिक जगाशी संबंध नसण्याचं सूचक म्हणून ही पौराणिक संकल्पना कायम वापरली जाते. एक असुर स्त्री महिषी (ही महिषाची बहीण होती आणि देवी दुर्गेने महिषाचा वध केला होता) हिला ठार करण्यासाठी पंडालमच्या राजाने त्याचं पालनपोषण केलं. त्यानंतर गुरूकन्या 'नीला' हिने त्याच्याकडे विवाहाची इच्छा प्रदर्शित केली; परंतु त्यानं नकार दिला होता म्हणून तिनं त्याला वाघिणीचं दूध आणण्यासाठी जंगलात पाठवलं (तो तिथं मारला जावा म्हणून राणीने म्हणजेच त्याच्या सावत्रमातेने हा कट रचला होता. कारण, तिला आपल्या स्वतःच्या मुलांच्या वारसाहक्काची काळजी होती). अशा प्रकारे आपल्याला भिन्न लैंगिक व्यक्तींमधील तणाव सातत्याने दिसून येतात, त्यातही स्त्रियांच्या रूपाने तर नकारात्मक ऊर्जाच दाखवली जाते (महिषीचा संताप, नीलेची वासना, राणीचा मत्सर इ.); पण मग हे शब्दशः घ्यायचं की प्रतीकात्मक रूपात घ्यायचं? यासाठीच पाळी येणाऱ्या आणि म्हणूनच अपत्य होऊ शकणाऱ्या स्त्रियांना या मंदिरात येण्यापासून मज्जाव करण्यात आला आहे का?

आपण या 'असंबद्ध' पौराणिक संकल्पनांविरुद्ध युक्तिवाद करू शकतो आणि 'बिगर पितृसत्ताक', समानतेस महत्त्व देणाऱ्या देवाची संकल्पना मान्य करून त्या संकल्पना अधिक तर्कशुद्ध बनवू शकतो. आपण विचारू शकतो की, मुळात शबरीमला मंदिर हे स्त्रियांना तिथे प्रवेश द्यायचा नाही, याच अटीवर उभारलं गेलं आहे का? म्हणजे ज्याप्रमाणे मातृत्वाची रजा दिल्याने नुकसान सोसावं लागूच नये, यासाठी आधुनिक भांडवलदारांना कामाच्या

ठिकाणी बायका नकोच असतात तसंच आहे का हे? सर्व प्रकारच्या उच्चनीचतेच्या उतरंडी दमन करणाऱ्याच असतात असं समजण्याची प्रवृत्ती विसाव्या शतकात फारच बळावली आहे; परंतु जगाकडे बघण्याच्या या आक्रमक दृष्टिकोनामुळे असं होईल की, जो कुणी हुशार आहे किंवा श्रीमंत आहे, पुरुष आहे किंवा गौरवर्णी आहे, भिन्नलिंगी आकर्षण असणारा किंवा ब्राह्मण आहे, सुशिक्षित किंवा विवाहित आहे, सुंदर किंवा कलाकार आहे अशी प्रत्येक व्यक्तीच त्यामुळे 'दुष्ट' समजली जाईल. त्यातच परंपरा हा प्रकारही विज्ञान आणि तर्कनिष्ठेसमोर समस्या निर्माण करणारा ठरतो, त्यामुळेच सर्वोच्च न्यायालयाने स्वीकारार्ह असा एकमेव उपाय सांगणं महत्त्वाचं ठरतं, नाही का?

अर्थात जेव्हा शबरीमला येथील पुरुष पुजारी 'पाळीचा स्राव चालू आहे का?' हे तपासणारी यंत्रे बसवली आहेत असं म्हणतात, तेव्हा ते (उपरोधाने की अधिकारवाणीने?) एका लोकप्रिय समजुतीला पाठिंबाच देत असतात. पाळीच्या स्रावामुळे नकारात्मक कंपने निर्माण होतात ही ती समजूत होय. 'कंपनांच्या' या छद्मवैज्ञानिक (स्युडो-सायन्स) समजुतीचं समर्थन भारतातील बऱ्याच गुरूंनी केलेलं आहे. दलितांना मंदिरांबाहेर ठेवण्यासाठीसुद्धा ही 'कंपने' (!) उपयुक्त ठरतात.

यातील विसंगती अशी की, मुळात संघर्ष मिटवून शांतता निर्माण करण्याची पारंपरिक पद्धत समावेशक होती, वगळणारी नव्हती. शबरीमला येथे मंदिर बांधणे हा विविध श्रद्धांच्या एकत्रीकरणाचा प्रयत्न होता म्हणजेच याद्वारे आदिवासी, सर्वसामान्य लोक, शाक्त, वैष्णव, शैव, वेदान्त, तंत्र आणि अगदी इस्लाम अशा वेगवेगळ्या पंथांना एकत्र आणण्याचा प्रयत्न केला गेला म्हणूनच तर या मंदिर संकुलातील एक मंदिर मुस्लीम 'वावर' याचं आहे (एके काळी अरबी व्यापाऱ्यांशी ज्या मिरीचा व्यापार होत होता, ती काळी मिरी यास वाहिली जाते), तसंच एक मंदिर स्थानिक देव कदुतस्वामी याचंही आहे. त्यास तंबाखू वाहिली जाते. स्वतः महिषीला

आय्यप्पा

मृत्यूनंतर उःशाप प्राप्त होऊन पुनर्जन्म मिळाला तिचं 'मालिकपुरथु आम्मा' म्हणून पूजन केलं जातं. तिच्या मंदिराचे दरवाजे सदैव बंदच असतात. आता या सर्वसमावेशकतेच्या सत्कार्यात पाळी यायच्या वयातील स्त्रियांना वगळलं जातं, ते बहुधा सोवळ्या-ओवळ्याच्या 'ब्राह्मणी' किंवा अगदी 'बौद्ध-जैन' समजुतींचं समाधान करण्यासाठी केलं जात असावं. 'स्वामी शरणं अय्यपन' असं भक्तजन ओरडतात तेव्हा 'बुद्धं शरणं गच्छामि' या बौद्ध जयजयकाराची आठवण होते. या देवस्थानाची मुळं मठपद्धतीत रुजलेली आहेत हेही यातून सूचित होते. ब्राह्मणी संस्कृतीस 'पितृसत्ताक' म्हणण्यास विद्वज्जनांना भरीस पाडलं जात असलं तरी बौद्ध धर्मास 'पितृसत्ताक' म्हणणं राजकीयदृष्ट्या खळबळजनक ठरू शकतं. इतिहास आणि परंपरा या आपल्या सोयीनुसार ठाकठीक नसतात हेच खरं आहे.

शबरीमला हे कित्येक हिंदू मंदिरांप्रमाणे बहुस्तरांचं मंदिर आहे. तिथं अत्यंत समृद्ध अशी ऐतिहासिक, मानववंशशास्त्रीय आणि समाजशास्त्रीय माहिती उपलब्ध आहे. आपण या मंदिरांना प्रत्यक्ष अथवा मानसिक भेट देतो तेव्हा तिथं काय चुकीचं आहे आणि काय बरोबर आहे यांपैकी कशावर लक्ष केंद्रीत करायचं हे आपण ठरवू शकतो. ज्यांना धर्मांतले केवळ दोषच दिसतात त्यांना आज टीकाकार किंवा सुधारक म्हणून किंमत दिली जाते, तर जे धर्माची केवळ चांगलीच बाजू बघतात त्यांच्यावर परंपरावादी अथवा समर्थनवादी म्हणून शिंतोडे उडवले जातात; परंतु हे दोन्ही प्रकारचे लोक कुठल्याही काळात असणारच आहेत. आपण त्यांना एकत्रितपणे 'संस्कृतीरक्षक' आणि 'संस्कृती टीकाकार' असं संबोधू शकतो.

३२

मुंबई :
रस्त्याच्या कडेला उभे देवस्थान

अत्यंत सामर्थ्यशाली तीर्थक्षेत्र कोणतं असलंच तर ते आहे रस्त्याच्या कडेला उभारलेलं मंदिर. भारतभरात सर्वत्र खेड्यांत, छोट्या शहरांत, मोठ्या नगरांच्या मध्यवर्ती भागांत, रेल्वे स्थानकांच्या बाजूला, झोपडपट्ट्यांतल्या भाऊगर्दीत आपल्याला वेगवेगळ्या देव-देवींची मंदिरं आढळून येतात. मग पानाफुलांचे हार घातलेला तो एक साधा शेंदूर फासलेला दगड असो, वाघावर स्वार झालेल्या दुर्गामातेचा फोटो असो, गणेशाची किंवा साईबाबांची मूर्ती असो किंवा हनुमानाची शेंदरी रंगाची नाट्यपूर्ण मूर्ती असो. कधी कधी तो येशूचा क्रूस असतो, त्याच्यासमोर मेणबत्या लावलेल्या असतात तर कधी एखाद्या सुफी संताच्या दर्ग्याची प्रतिकृती असते आणि त्याच्यावर भरतकाम केलेली चादर घातलेली असते.

अशा देवस्थानांची उभारणी कुणी केली यासंबंधी यातील बहुतेक ठिकाणांबाबत कुणालाच माहिती नसतं. ही सगळी मंदिरं निसर्गाच्या सान्निध्यात असतात. वडाचं अथवा पिंपळाचं झाड या मंदिरासाठीच्या पसंतीच्या जागा. कुणीतरी तिथं मूर्ती ठेवतं. मग कुणीतरी हात जोडतं, मग

शेवटी बरेच लोक तिथं एकत्र येतात आणि त्या भोवती मंदिर उभारतात. कुणाला काही कळायच्या आतच तिथं एक स्थानिक तीर्थक्षेत्र निर्माण होतं. एवढंच नाही तर ते तिथल्या मोहल्ल्याला स्वतःचं नावसुद्धा बहाल करतं. मग एकदा का ते लोकप्रिय झालं की, प्रत्येक जण म्हणतो की हे देवस्थान काय, पहिल्यापासून इथेच तर होतं किंवा निदान मागची पाच हजार वर्षं तरी इथं होतंच, ते स्वयंभू देवस्थान असल्यामुळे विकासाच्या प्रकल्पांसाठी ते तिथून हलवता येत नाही. बऱ्याच 'दादा' मंडळींच्या लक्षात आलं आहे की, मंदिराच्या माध्यमातून सार्वजनिक जमीन हडप करता येते. बऱ्याच गरिबांनाही कळलं आहे की, झोपडपट्टीजवळ मंदिर असेल तर आपल्याला तिथून हाकलून देणं स्थानिक अधिकाऱ्यांना कठीण जातं. खरोखरच धर्म म्हणजे भारतातील फार मोठं हत्यार आहे जे येथील राजकारणावर आणि अर्थशास्त्रावर मोठाच परिणाम घडवून आणतं.

रस्त्याच्या कडेचे सर्पमंदिर

रस्त्याच्या कडेच्या मंदिराचा सर्वांत उत्तम गुण म्हणजे त्या जागेचा बहुविध कामांसाठी वापर होतो. सहसा हे मंदिर झाडाखाली असतं. सकाळी – संध्याकाळ तिथं भरपूर भक्तगण हजेरी लावतात. ते मंदिरासमोर उभे राहतात, प्रार्थना करतात, फुलं वाहतात, दक्षिणा ठेवतात आणि प्रदक्षिणा घालतात. दुपारच्या वेळी वृद्ध लोक तिथं बसून गप्पा मारतात, लहान मुलं खेळतात. अन्य लोक मंदिराकडे बहुधा दुर्लक्षच करून आपापल्या कामात मग्न होतात. रात्रीच्या वेळेस कुत्री त्या स्थानी प्रवेश करून उरलासुरला नैवेद्य खातात आणि देवांच्या बाजूला झोपतात, कुणीही त्यास हरकत घेत नाही.

हे मंदिर थोडंसं लोकप्रिय झालं तर एक छोटासा बाजारच तिथं उभा राहतो आणि एका छोट्या अर्थव्यवस्थेस आधारही देतो. तिथं पूजेसाठी लागणाऱ्या वस्तूंची खरेदी-विक्री होते. त्यात फुलं, उदबत्त्या, मेणबत्त्या, खण, फळे, मिठाई, देवांच्या मूर्ती, हाताला बांधायचे गंडेदोरे, छोट्या छोट्या प्लॅस्टिकच्या पुड्यांमध्ये शेंदूर वगैरे गोष्टी असतात. ही दुकानं फिरती

असतात, खास करून सगळ्या वस्तू टोपलीतच ठेवलेल्या असतात. जादू व्हावी त्याप्रमाणे पवित्र दिवशी त्या वस्तू तिथं अवतरतात. उदाहरणार्थ, संतोषी मातेसाठी शुक्रवारी, गणपतीसाठी मंगळवारी, हनुमानासाठी शनिवारी असे ते वार ठरलेले असतात. सणासुदीच्या काळात दिवे, संगीत, तंबू आणि भिकाऱ्यांच्या भल्यामोठ्या रांगांनी मंदिराचा परिसर जिवंत होतो. 'आणखी हवं' म्हणून देवाकडे मागत असताना दुसरीकडे, 'त्या भिकाऱ्यांपेक्षा आपल्याकडे पुष्कळ काही आहे' या भावनेने भक्तांना क्वचित अपराधीही वाटतं.

पारंपरिकदृष्ट्या पाहिलं तर भारतातील पवित्र स्थान हे कुठल्यातरी जलस्रोताशी (तीर्थाशी) संबंधित असतं. सहसा ते तळं असतं, दोन नद्यांचा संगम असतो, नदीवरील पायऱ्या पायऱ्यांचा घाट असतो अथवा तिचं उथळ पात्र असतं जिथून या काठावरून त्या काठावर सहजतेने जाता येतं. पुराणांमध्ये अशा तीर्थांच्या याद्यांची रेलचेल आहे. अशा तीर्थक्षेत्री आपण गेलो तर तिथं चमत्कार घडतात असंही आपण ऐकतो. उदाहरणार्थ, आजार बरे होतात, हरवलेले नातेवाईक भेटतात, भाग्योदय होतो, मुलांशी मतभेद मिटतात इत्यादी. एके काळी साधुसंत एका जलस्रोतापासून दुसऱ्या जलस्रोतापर्यंत त्यांचे विचार आणि त्यांचे देव घेऊन जात होते, त्यामुळेच भारतात आसपासच्या तीर्थक्षेत्रांत आपल्याला वेगवेगळे धार्मिक संप्रदाय आढळून येतात. मग त्यात विष्णू, शिव अथवा देवीचं मंदिर असतं, एखाद्या आदिवासी देवाचं, स्थानिक संताचं मंदिर असतं, तसंच ज्यांच्या पूर्वजांनी इस्लाम किंवा ख्रिश्चन धर्म स्वीकारला आहे; परंतु तरीही त्यांना जुन्या तीर्थक्षेत्रांची कदर आहे अशा लोकांनी तिथं मशीद किंवा चर्चही बांधलेलं असतं म्हणूनच 'भारत' ही संकल्पना पाश्चात्त्य विद्वान म्हणतात, तशी ब्रिटिशांनी निर्माण केलेली नसून आपल्या देवांना भेटण्यासाठी उत्तरेकडून दक्षिणेस आणि पूर्वेकडून पश्चिमेस जाणाऱ्या विनम्र भक्तांनी केली आहे.

रस्त्याच्या कडेचा हनुमानाचा अवाढव्य पुतळा

भारताच्या नकाशात पाहिलं तर देवस्थानांचे बरेच ठिपके दिसतील. प्रत्येक खेड्यात

प्रवेशद्वाराशी, वेशीपाशी, मधल्या चौकात, शेतांच्या जवळ देवांची मंदिरं असतात. त्यातल्या काहींना केवळ संकटकाळीच भेट दिली जाते. शहरांमध्ये आपल्याला स्थलांतरितांनी आणलेले देव दिसतात. मराठी लोकांनी आणलेला खंडोबा, राजस्थानातील लोकांनी आणलेले मोमाजी आणि खाटूश्यामजी, गोवेकरांनी आणलेली शांतादुर्गा, ओडिशावाल्यांनी आणलेला जगन्नाथ, बंगाली लोकांनी आणलेली दुर्गा, पंजाबी लोकांनी आणलेली वैष्णोदेवी इत्यादी. एकमेकांना जोडणाऱ्या रस्त्यांवर आणि महामार्गावरही आपल्याला देव दिसतात. एखादा डोंगर चढण्यापूर्वी पायथ्याशी हनुमानाचं मंदिर असतं आणि घाटातून बाहेर पडतो त्या ठिकाणीही आणखी एक हनुमान मंदिर असतं. चालक या मंदिरांच्या दिशेने पैसे टाकतात आणि 'घाटातील तीव्र वळणे तसंच तीव्र चढणी पार करत असताना आम्हाला सुरक्षित ठेव' म्हणून प्रार्थना करतात. प्रत्येक दुकानात, चहाच्या ठेल्यावर, प्रत्येक धाब्यावर देव असतातच आणि तेवढं पुरेसं नाही म्हणून की काय, प्रत्येक वाहनातही गोंड्यांनी आणि फुलांनी सजवलेले देव असतात.

ही मंदिरं काही मोठमोठ्या राजेरजवाड्यांनी बांधलेली आणि ब्राह्मणांनी आश्रय दिलेली नसतात. राज्य सरकारही यांना काही नियमावली लागू करत नाही. युरोप–अमेरिकेत अशी मंदिरं बांधूच देणार नाहीत. दुकानांसाठी परवाने काढतात तसेच सर्व धार्मिक आस्थापनांसाठी परवाना काढणं तिथं आवश्यक असतं; परंतु भारतात मात्र एखादं मंदिर, मशीद अथवा चर्च अगदी उदय पावतं. मोहल्ल्यातील छोट्याशा खोलीत किंवा सरळ एखाद्या झाडाखाली ते उभारलं जातं. सामाजिकतेचा अनुभव देण्यासाठी, सर्व काही हरपलेल्या निराशाग्रस्तांना आधार देण्यासाठी, आशावंतांना शांततेचा आणि आपल्यावर कृपा करणाऱ्या देवाशी जोडलं जाण्याचा क्षण देण्यासाठी ते देवस्थान तिथं उभं राहिलेलं असतं.

सारांश :

एका महान अभिनेत्याचे घर

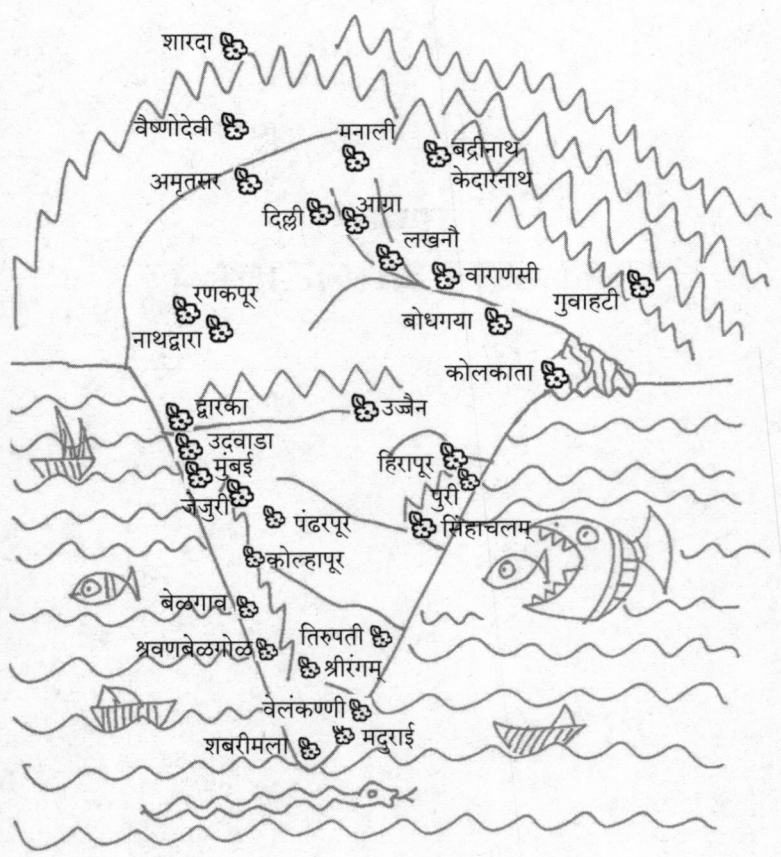

तीर्थक्षेत्रीय भारतवर्ष राष्ट्राचे पौराणिक प्रतिनिधित्व करणारी स्थळे

मी दररोज मुंबईच्या उपनगरांतील बॉलिवूड सुपरस्टार्सच्या घरांवरून जातो तेव्हा पर्यटकांचे मोठमोठे जथ्थे आपल्या आवडत्या अभिनेत्याचं ओझरतं दर्शन तरी घडतंय का हे पाहण्यासाठी ताटकळत उभे राहिलेले दिसतात. अत्यंतिक आनंदात असलेली कुटुंबं या 'मोक्याच्या' ठिकाणी सेल्फीसाठी 'पोज'ही देतात. काही विशिष्ट दिवशी हे महान अभिनेते बाहेर येतात आणि रोममधील 'पोप'नी बाहेर येऊन भाविकांना दर्शन द्यावं तसं किंवा इंग्लंडच्या राणीनं प्रजाजनांना दर्शन द्यावं तसं आपल्या चाहत्यांना दर्शन देतात. त्या वेळी लोक जल्लोष करतात, आनंदाने रडतात, फोटोंचा 'क्लिकक्लिकाट' होतो. मग आनंदानेच पोट भरून हे लोक घरी परततात. अशा वेळी प्रश्न पडतो, हे पर्यटक आहेत की भक्तजन?

दक्षिण भारतातील नटनट्यांची त्यांच्या चाहत्यांनी मंदिरं बांधली आहेत. काही नटांची लोकप्रियता तर देवत्वाच्या पातळीवर जाऊन पोहोचलेली आहे. फोटोतील त्यांच्या पायांवर दूध ओतलं जातं, सिनेमाच्या पडद्यावर फुलं, पैसे उधळले जातात. एखादा प्रेषित परत यावा किंवा एखाद्या अवताराचं पृथ्वीवर आगमन व्हावं तितक्या आतुरतेने लोक त्यांच्या पुढील चित्रपटाची वाट पाहत असतात. मग यांना त्यांचे चाहते म्हणायचं की भक्तजन?

धार्मिक अनुभवाची जाण आपल्याला जोवर होणार नाही, तोवर तीर्थयात्रा म्हणजे काय हे आपल्याला खरोखरच कळणार नाही.

धार्मिक अनुभव समजून घेण्यासाठी आपल्याला उत्क्रांतीचं मानसशास्त्र समजून घ्यावं लागेल. भीती ही निसर्गातील प्रबळ भावना आहे – उपासमारीची भीती आणि भक्षक हल्ला करण्याची भीती. त्यातच मनुष्याची कल्पनाशक्ती अफाट असल्याने भीतीचा गुणाकार होतो, त्यामुळे काल्पनिक भूक, काल्पनिक भक्षक हे अगदी रात्रंदिवस सातत्याने आपल्या मागे लागले आहेत आणि त्यांचं प्रमाणही दिवसेंदिवस वाढत चाललंय असं वाटू लागतं. या भीतीस जेव्हा आपण समजून घेतो, तेव्हा मानवी मनाच्या असुरक्षितेबद्दल आपल्याला अनुकंपा वाटू लागते. आपल्याला संपत्तीची, सामर्थ्याची, जीवनास अर्थ मिळण्याची आस असते, त्याबद्दल अनुकंपा वाटू लागते. आपली बचावात्मकता आणि संताप, हताशा आणि आशा यांच्याबद्दल अनुकंपा वाटू लागते.

...आणि मग आपण भीतीवर विजय मिळवणाऱ्या, असुरांचा नाश करणाऱ्या, आपल्यासाठी स्वर्गातून अमृत आणणाऱ्या देवांच्या, राजांच्या, साधुसंतांच्या गोष्टी ऐकतो, तेव्हा आपलं मन भीतियुक्त आदराने आत्यंतिक उचंबळून येतं. आपल्या मनात हर्षोल्हासाच्या लाटांवर लाटा येतात. आपण महत्त्वाचे आहोत, जिवंत आहोत असं आपल्याला वाटू लागतं. हा अनुभव धार्मिक अनुभव बनतो – जिथं भय नसतं; फक्त प्रेम आणि प्रेमच असतं. त्याचंच रूपांतर 'विराकाल' या नावाने ओळखल्या जाणाऱ्या पाषाणांच्या पूजेत होतं (भारतातील खेड्यापाड्यांत खास करून तेलंगण आणि उत्तर कर्नाटकात सापडणाऱ्या 'विराकाल' या दगडापासून देवाच्या मूर्ती घडवता येतात. विराकाल याचा शब्दशः अर्थ नायक–पाषाण अथवा इंग्रजीत 'हिरो–स्टोन' असा आहे). महापुरुष आणि महान स्त्रिया; त्यांच्यातील काही योद्धे, काही बल्लव, काही कवी तर काही नर्तक, काही गायक ही सगळीच आदरणीय व्यक्तिमत्त्वे त्या पाषाणातून साकार होतात.

या जगावेगळ्या स्त्री–पुरुषांनी आपल्याला केवळ अन्न किंवा नुसतं संरक्षणच दिलं नव्हतं, तर त्यांनी आपल्याला अशा जगाची झलक दाखवली होती, जिथल्या जीवनात भीतीच्या पलीकडे असं काहीतरी होतं. म्हणूनच भारतातील देव हे वेगवेगळ्या कलांशी जोडले गेले आहेत. ते सतत गायन–नृत्य करतात म्हणजे ग्रीक पुराणांत ज्या कृती गडबडगोंधळाशी जोडलेल्या आहेत अथवा अब्राहमिक पुराणात ज्यांना वाईट म्हणून गणलं गेलं आहे, अशा कृती ते करतात. शिव हा 'नटराज' आहे, तर कृष्ण 'नटवर' आहे.

पहिलं नाट्यगृह यज्ञशाळेशी जोडलं गेलं होतं, नंतर ते मंदिर संकुलाच्या अंतर्भागात समाविष्ट झालं. या ठिकाणी संगीत, संवाद, हालचाल, हावभाव, संकल्पना, प्रसाधन, कृती यांच्या माध्यमातून देव मानवी रूपात अवतीर्ण होऊ लागले आणि भीतीशी सामना करता करता प्रेक्षकांतील मानवांना मार्ग दाखवू लागले, त्यामुळेच महान कलाविष्कार हा धार्मिक अनुभव बनला यामध्ये आश्चर्य असं काहीच नाही. मग भारतातली मंदिरं महान कलाविष्काराचं प्रदर्शन बनली आणि मंदिरातील विधी हे नाट्य-नृत्य-गायनादि कला बनले. या सगळ्याचा अनुभव घेतल्यामुळे माणसांची मनं विशाल बनू लागली, हलकीफुलकी बनू लागली. त्यांना जणू दैवी स्पर्शच होऊ लागला.

आद्य शंकराचार्यांना हे ज्ञात होतं. तीर्थयात्रेची संकल्पना सर्वप्रथम महाभारत या महाकाव्यात आली. २००० वर्षांपूर्वी या काव्याला अंतिम स्वरूप प्राप्त झालं. अज्ञातवासाच्या दीर्घ कालखंडात काय करायचं असा प्रश्न पांडवांना पडला, तेव्हा कृष्णाने त्यांना सल्ला दिला की, डोंगरमाथ्यांवरील आणि नद्यांच्या संगमांवरील पवित्र स्थानांना तुम्ही भेटी द्या. या प्रवासात त्यांनी बऱ्याच कथा ऐकल्या, साधुसंतांबरोबर त्यांच्या भेटी घडल्या. त्यांच्या वाटेत असुर आणि देवही आले, त्यांना उपासमारीचे आणि औदार्याचे असे दोन्हीही अनुभव आले. या सगळ्या अनुभवांमुळे त्यांची मनं विशाल बनली, त्यामुळे मानव म्हणून आणि राजे म्हणूनही आपल्या भूमिका काय असल्या पाहिजेत हे त्यांना अधिक चांगलं समजलं. कारण, भारतातील साधुसंत आणि भिक्षू एका पवित्र स्थानावरून दुसऱ्या पवित्र स्थानी सदैव फिरत होते.

परंतु वेदांमध्ये सांगितलेलं स्वतःचं 'खरं स्वरूप' जाणून घेण्याची इच्छा ज्या लोकांना होती, त्यांच्यासाठी आद्य शंकराचार्यांनी १२०० वर्षांपूर्वी 'तीर्थयात्रा' संकल्पनेचे लोकशाहीकरण केलं. ते असे पहिले तत्त्वज्ञानी होते, ज्यांनी अमूर्त वैदिक संकल्पनांना वेगवेगळ्या पवित्र स्थानांवर स्थित अशा पुराणातील समूर्त देवांशी जोडलं. त्यांच्या भाष्यांतून ज्ञानयोगाची (बौद्धिक मार्गाची) महती सांगितली गेली, तर काव्यांतून भक्तियोगाची (भावनिक मार्गाची) महती सांगितली गेली आणि त्यांच्या बारा ज्योतिर्लिंगांच्या व अठरा शक्तीपीठांच्या सूचीतून कर्मयोगाची (कृतिशील मार्गाची) महती सांगितली गेली. कर्म म्हणजे त्यांच्यासाठी केवळ यज्ञयाग नव्हते आणि केवळ यात्राही नव्हती. धार्मिक अनुभव म्हणजे काय याचं मर्म त्यांना ठाऊक होतं आणि ते मर्म केवळ बौद्धिक अभ्यासात नव्हतं, तर आंतरिक

भावनांतही होतं, उत्कटतेला आवाहन करून कृतीची मागणी करणारं होतं, अक्षरशः सगळ्याच गोष्टींचा निचरा करणारं असं ते होतं.

एखाद्या कलाकृतीमुळे उद्दीपित होऊन मनाला मिळणाऱ्या त्या दैवी, गूढ, गहन अनुभवाशी गाठ पडल्यानंतर मग मनुष्याची मृत्यूच्या भयाशी गाठ पडते. सगळं काही केव्हातरी संपणारच आहे, याची जाणीव नव्यानं होते. आपल्याला त्याची कल्पना असतेच म्हणा, त्यामुळे तो दैवी अनुभव आणखी घ्यावा, पुन्हा पुन्हा घ्यावा, त्याला घट्ट पकडून ठेवावं, त्याचा एखादा तुकडा आपल्याजवळ सांभाळून ठेवावा, असं आपल्याला वाटू लागतं. त्याला स्पर्श करावा आणि त्याचा छोटासा अंश आपल्या घरी न्यावा असंही आपल्याला वाटतं. म्हणून मग आपण प्रसाद मागतो. ज्या देवस्थानास आपण भेट दिली तिथली काहीतरी आठवण आपल्याकडे असावी असं आपल्याला वाटतं. मग ते गंगाजल असो किंवा देवळातला अंगारा अथवा फुलं असोत.

त्या आनंदाचा स्रोत खराखुरा आहे आणि पुन्हा ताजंतवानं होण्यासाठी उपलब्ध आहे, याची जाणीव स्वतःलाच करून द्यायची आपली इच्छा असते. जिवंतपणा देणाऱ्या, अस्तित्वास अर्थ देणाऱ्या त्या अक्षयपात्राला स्पर्श करावा असं आपल्याला वाटतं. मग आपल्याला गाणं गाणाऱ्या रॉक स्टारला स्पर्श करावासा वाटतो, आपल्या हृदयाच्या तारा छेडणाऱ्या संगीतकाराला स्पर्श करावासा वाटतो. अभिनेत्याचं पडद्यावरील लाघव आणि आत्मविश्वास पाहून आपण आपला 'सर्वसामान्यपणा' घटकाभर विसरून जातो म्हणूनच तर आपण त्यांच्या घरापर्यंत प्रवास करून त्यांना बघायला जातो, स्पर्श करायला जातो, त्यांचा जयजयकार करायला जातो. आपल्याला आपल्या मनाचं पोषण करायचं असतं. स्वतःलाच स्वतःची खात्री पटवून द्यायची असते की, तो धार्मिक, आध्यात्मिक किंवा कलात्मक अनुभव शाश्वत असणार आहे. मग तो अनुभव आपल्याला मंदिरात मिळो, मशिदीत, चर्चमध्ये, रस्त्याच्या कडेच्या मंदिरात अथवा बॉलिवूडच्या ताऱ्याच्या घरात मिळो, तो कुठे मिळतो हे महत्त्वाचं नाही. कारण, तुमच्या स्वतःच्या आत्म्यापर्यंत पोहोचण्याची ती केवळ माध्यमंच तर असतात ना...

लेखक परिचय

देवदत्त पट्टनायक हे आधुनिक काळानुसार पुराणांचे संदर्भ स्पष्ट करणारे लेखन, रेखाचित्रण आणि व्याख्याने या माध्यमातून सातत्यानं कार्यरत आहेत. १९९६पासून आतापर्यंत त्यांनी १००० स्तंभांचं आणि ५० पुस्तकांचं लेखन केलं आहे. त्यामध्ये विविध कथांमधून, प्रतीकांमधून आणि कर्मकांडांतून जगभरातील प्राचीन आणि आधुनिक संस्कृतींमध्ये काल्पनिक सत्य (मिथकं) कशा प्रकारे अस्तित्वात आणली जातात, हे स्पष्ट केलं गेलं आहे.

देवदत्त पट्टनायक लिखित पुस्तकांमध्ये पुढील पुस्तकांचा समावेश आहे – *बिझनेस सूत्र : अ व्हेरी इंडियन ॲप्रोच टू मॅनेजमेंट, द सक्सेस सूत्र : ॲन इंडियन ॲप्रोच टू वेल्थ, द टॅलेंट सूत्र : ॲन इंडियन ॲप्रोच टू लर्निंग* आणि द *लीडरशीप सूत्र : ॲन इंडियन ॲप्रोच टू पॉवर.*

नेतृत्व आणि शासनव्यवस्था यासंबंधी विविध संस्थांसाठी सल्लागार म्हणून तसंच टीव्हीवरील पौराणिक मालिकांसाठी मार्गदर्शक म्हणून ते काम करतात. त्यामध्ये CNBC-TV18वरील *बिझनेस सूत्र* आणि एपिक टीव्ही चॅनेलवरील *देवलोक* या मालिकांचा समावेश आहे.

अधिक माहितीसाठी devdutt.com या वेबसाइटला भेट द्या.

अनुवादक मनोगत

देवदत्त पट्टनायक यांचं पुस्तक अनुवादासाठी येतं तेव्हा एक वेगळाच आनंद मिळतो. भारतीय पुराणकथांतील रूपके ते शोधून काढतात आणि त्यातून आजच्या युगास सुसंगत असा अर्थ अत्यंत तर्कशुद्धरीत्या मांडतात तेव्हा वाचकाला आश्चर्याने तोंडात बोटच घालावेसे वाटते. मीही त्यास अपवाद नाही कारण अनुवाद करताना एक माणूस म्हणूनही माझं ज्ञान त्यातून वाढलेलं असतं.

प्रस्तुत पुस्तकात भारत हा यात्रेकरूंचा देश कसा झाला याचं त्यांनी विस्तृत वर्णन केलं आहे. आपण कल्पना करू लागतो की, एकेकाळी जंबुद्वीप म्हणून ओळखला जाणारा हा देश – जिथं घनदाट अरण्यं होती, उत्तुंग पर्वतराजी, नद्या, सागर सगळं काही मूळ नैसर्गिक रूपात होतं. या सगळ्या भूमीवर वस्ती करत करत माणूस भटकं जीवन सोडून वेगवेगळ्या जागी स्थिर झाला आणि हळूहळू मरण, शोक, दुःख, रोगराई, संकटं यांतून मार्ग काढण्यासाठी एका दिव्य शक्तीस साद घालू लागला. त्यानं वेगवेगळ्या ठिकाणी प्रार्थनास्थळं निर्माण केली. धड रस्ते नसतानाही वेगवेगळे यती, संन्यासी, भिक्षू आणि श्रमण वाटा तुडवत भारतवर्षात फिरू लागले, ते लोकांना ज्ञान देऊ लागले, त्यांच्या भ्रमणातूनच भारताची सांस्कृतिक एकता निर्माण झाली.

प्रस्तुत पुस्तकात ३,००० वर्षांपूर्वीच्या वाराणसी या प्राचीन देवनगरीपासून अगदी आत्ताच्या काळातील शबरीमला आणि मुंबई येथील देवस्थानांचा समावेश आहे. वैदिक काळानंतर पुढे बौद्ध, जैन, इस्लामी, इंग्रज आणि आधुनिक अशा वेगवेगळ्या काळात निर्माण झालेल्या तीर्थस्थानांचा आणि तेथील वैशिष्ट्यांचा, त्यामागील लोककथांचा आणि दंतकथांचा देवदत्त पट्टनायक आढावा घेतात आणि त्यातून तत्कालीन सामाजिक

स्थितीबद्दलही ते विवेचन करतात. हे पुस्तक वाचून माझ्या ज्ञानात जशी भर पडली तशी ती वाचकांच्याही नक्कीच पडेल, ही आशा वाटते.

हे पुस्तक अनुवादित करायला दिल्याबद्दल मंजुल पब्लिशिंग हाउसचे माननीय विकास रखेजा यांचे तसेच संपादक चेतन कोळी आणि मेधा कुलकर्णी यांचेही खूप खूप आभार. पुस्तकात तीर्थस्थळांच्या आणि पौराणिक कथांच्या संदर्भात अनेक नावे आहेत. ती अचूक पद्धतीने येण्यासाठी डॉ. गो. बं. देगलूरकर सर यांचं मार्गदर्शन लाभलं; त्यांचेही आभार! देवदत्त पट्टनायक पौराणिक कथांना आधुनिक विचारशैलीशी जोडत, पौराणिक कथांकडे बघण्याचा नवा दृष्टिकोन आपल्याला देतात.

खरं तर इंग्रजी साहित्य भारतीय भाषेत अनुवादित करताना अनेकदा एखाद्या इंग्रजी शब्दासाठी तंतोतंत जुळणारा शब्द भारतीय भाषेत मिळणं कठीण होऊन जातं. त्यातही आजकाल इंग्रजी अधिक वाचलं आणि बोललं जातं. अर्थातच बऱ्याचदा विचारप्रक्रियाही इंग्रजीतून होत असते, त्यामुळे वाचकांनी हे पुस्तक वाचताना त्यात व्यक्त केलेले विचार आणि संदर्भ समजून घेत वाचन करावं, ही विनंती.

– **सविता दामले**

अनुवादक परिचय

१९८१ साली डहाणूकर कॉलेजमधून पदवी प्राप्त केल्यानंतर सविता दामले यांनी स्टेट बँकेत नोकरी केली. त्यांना लहानपणापासूनच कविता, लेखन, वाचन यांची अत्यंत आवड होती, त्यामुळे नोकरी, संसार, मुलं इत्यादी आघाड्या सांभाळत असताना एकीकडे त्यांचं कविता आणि लेखन चालूच होतं. सरतेशेवटी त्यांनी २०१३मध्ये नोकरी सोडून पूर्णपणे लेखनास वाहून घेतलं.

आतापर्यंत त्यांचे एकूण दोन कवितासंग्रह, सहा स्वतंत्र पुस्तकं आणि सव्वीस अनुवाद प्रकाशित झाले आहेत. आणखी चार अनुवाद प्रकाशनाच्या वाटेवर आहेत. ही सर्व पुस्तकं त्यांनी अनेक मान्यवर प्रकाशनांसाठी लिहिली आहेत. त्यांना २०१३ सालचा आपटे वाचन मंदिर, इचलकरंजी यांचा आणि २०१८ सालचा ठाणे ग्रंथसंग्रहालयाचा उत्कृष्ट अनुवादाबद्दलचा राज्यस्तरीय पुरस्कार प्राप्त झाला आहे. कवितेसाठी २००० सालचा विशाखा मासिकाचा द्वितीय पुरस्कारही प्राप्त झाला आहे.

त्याशिवाय अंतर्नाद, अनुभव, अभूतपूर्व इत्यादी मासिकांतून आणि लोकसत्ता, सकाळ, महाराष्ट्र टाइम्स या वृत्तपत्रांतून त्यांनी लेखन केलं आहे.

गुलजारजींच्या 'फॅमिली ट्री' या लेखाचा सविताजींनी केलेला अनुवाद इयत्ता दहावीच्या मराठी पुस्तकाच्या पाठ्यक्रमात समाविष्ट करण्यात आला आहे. तसंच एफवाय बीए मराठी पाठ्यक्रमात, 'नापास मुलांची गोष्ट' हे पुस्तक अभ्यासासाठी आहे; त्या पुस्तकातही त्यांचे दोन लेख आहेत.

मंजुल पब्लिशिंग हाउससाठी त्यांनी प्रस्तुत पुस्तकाव्यतिरिक्त; *गांधी : ॲन इलस्ट्रेटेड बायोग्राफी* आणि *इन्कार्नेशन्स* या जगप्रसिद्ध पुस्तकांचा ओघवता अनुवाद केला आहे.